Learning Icelandic

Auður Einarsdóttir
Guðrún Theodórsdóttir
María Garðarsdóttir
Sigríður Þorvaldsdóttir

Learning Icelandic

Mál og menning

Mál og menning, Reykjavík 2001
1. prentun janúar 2001
2. prentun október 2001
2. útgáfa 2002
2. prentun 2004

Kápa og teikningar: Margrét E. Laxness
Kort: Ólafur Valsson
Umbrot: Margrét E. Laxness/Prentsmiðjan Grafík hf.

Prentvinnsla: Oddi hf.

ISBN 9979-3-2317-5

Contents

Introduction

Learning Icelandic hentar byrjendum í íslensku og er hugsuð bæði sem sjálfsnámsbók og kennslubók. Í fyrri hluta bókarinnar eru 15 kaflar með stuttum samtölum og myndum til stuðnings efninu. Enskar glósur eru á hverri síðu og þessum hluta fylgir hlustunarefni á geisladiski. Samtölin þyngjast eftir því sem á líður en orðaforði þeirra tengist daglegu lífi venjulegrar fjölskyldu. Mörgum samtölum fylgja verkefni sem hægt er að leysa munnlega eða skriflega. Svör við verkefnunum og heildarglósur eru í bókinni.

Í seinni hluta bókarinnar er yfirlit á ensku yfir grunnatriði málfræðinnar. Þar er fjallað um kyn, tölu, fallbeygingu og persónubeygingu sagna í nútíð og þátíð. Dæmi eru að miklu leyti tekin úr orðaforða samtalanna í fyrri hluta. Reynt er að hafa dæmin í setningarlegu samhengi. Markmiðið er að notendur skilji hvernig einfaldar setningar í íslensku eru byggðar upp og þjálfist í að skilja og notfæra sér þær málfræðiupplýsingar sem góðar orðabækur gefa.

Við viljum þakka kennslumálasjóði Háskóla Íslands og Lýðveldissjóði veittan stuðning. Auk þess þökkum við Matthew Whelpton, lektor í ensku við Háskóla Íslands, kærlega fyrir nákvæman yfirlestur og gagnlegar ábendingar.

Learning Icelandic is written for beginners in the language, and intended both for private study and class use. The fifteen chapters in the first part of the book consist of short dialogues, illustrated by drawings. Each page includes an English glossary and there is an accompanying CD for listening practice. The vocabulary of the dialogues describes the daily life of an ordinary Icelandic family and grows progressively more advanced. Most chapters are accompanied by exercises which can be completed either orally or in writing. A complete glossary and key to the exercises can be found at the back of the book.

The second part of the book consists of a concise Icelandic grammar with explanations in English. It covers gender, number, declensions of nouns, and conjugations of verbs in the present and past tenses. Examples are taken largely from the dialogues in the first half of the book and here placed in their correct syntactical context. Our aim is to show students how to construct simple sentences in Icelandic. This should provide them with a platform for deepening their understanding of Icelandic sentence structure and enable them to make use of the grammatical information given in good dictionaries of the language.

We would like to thank Kennslumálasjóður Háskóla Íslands and Lýðveldissjóður for their generous grants, and Matthew Whelpton for his very helpful suggestions, careful reading of the manuscript, and scrutiny of our English.

cd

learn

write

information

Learning Icelandic

fyrsti **1** kafli

fjölskylda *family*

[1]

Komið þið blessuð og sæl.	*Hello.*
Ég heiti Ingibjörg.	*My name is Ingibjörg.*
Ég er sextíu og sjö ára.	*I am sixty-seven years old.*
Ég er heimavinnandi húsmóðir.	*I am a housewife.*
Maðurinn minn heitir Björn.	*My husband's name is Björn.*

[2]

Blessuð.	*Hello.*
Ég heiti Björn.	*My name is Björn.*
Ég er sjötíu og eins árs.	*I am seventy-one years old.*
Ég er skáld.	*I am a poet.*
Tengdasonur minn heitir Sverrir.	*My son-in-law is called Sverrir.*

[3] Sæl.
Ég heiti Sverrir.
Ég er fjörutíu og fimm ára.
Ég vinn í banka.
Ég er giftur,
konan mín heitir Auður.

Hello.
My name is Sverrir.
I am forty-five years old.
I work in a bank.
I am married;
my wife´s name is Auður.

[4] Góðan daginn.
Ég heiti Auður.
Ég er fjörutíu og eins árs.
Ég er kennari.
Við eigum þrjú börn.

Good morning.
My name is Auður.
I am forty-one years old.
I am a teacher.
We have three children.

[5] Hæ. Ég heiti Inga.
Ég er nítján ára.
Ég er í framhaldsskóla.
Ég á tvö systkini.

Hi. My name is Inga.
I am nineteen years old.
I am a high school student.
I have a brother and a sister.

6] Halló.
Ég heiti Guðni.
Ég er tíu ára.
Ég er í grunnskóla.
Ég á tvær systur.

Hi.
My name is Guðni.
I am ten years old.
I am in elementary school.
I have two sisters.

7] Hæ.
Ég heiti Birna.
Ég er yngst.
Ég er fimm ára.
Ég er í leikskóla.
Guðni er bróðir minn.

Hi.
My name is Birna.
I am the youngest.
I am five years old.
I am in kindergarten.
Guðni is my brother.

] Sæl og blessuð.
Ég heiti Marco.
Ég er tuttugu og eins árs.
Ég er frá Ítalíu.
Ég er skiptinemi.

Hello.
My name is Marco.
I am twenty-one years old.
I am from Italy.
I am an exchange student.

annar **2** kafli

- Personal pronouns: **ég, þú, hann, hún, það, við, þið, þeir, þær, þau,** p. 93
- Verbs: **vera** be, **heita** be called, p. 93
- Possessive pronouns, 1st and 2nd person: **minn, mín; þinn, þín**

[9]

Róbert	Góðan daginn.
Inga	Góðan dag.
Róbert	Hvað heitir þú?
Inga	Ég heiti Inga. Hvað heitir þú?
Róbert	Ég heiti Róbert.
Inga	Bless, bless.

Hvað heitir hún? ______________________________

Hvað heitir hann? ______________________________

Hvað heitir þú? ______________________________

The verbs **vera** (be) and **heita** (be called) with person and number.

[10]

singular	**1. p.**	ég	*I*	er	heiti
	2. p.	þú	*you*	ert	heitir
	3. p.	hann hún það	*he* *she* *it*	er	heitir
plural	**1. p.**	við	*we*	erum	heitum
	2. p.	þið	*you*	eruð	heitið
	3. p.	þeir þær þau	*they*	eru	heita

kafli *chapter*
góðan daginn *good morning*
góðan dag *good morning* (formal)
hvað heitir þú? *what is your name?*
ég heiti *my name is*
bless *goodbye*
hvað heitir hún? *what is her name?*
hvað heitir hann? *what is his name?*

When Icelanders introduce themselves they use their first name. In more formal situations they may add their patrionymics (the father's name + -son or -dóttir), but they never use their patrionymics alone.
Ég heiti Guðrún (my name is Guðrún) or **ég heiti Guðrún Jónsdóttir** (my name is Guðrún Jónsdóttir).

Róbert Gott kvöld.
Marco Góða kvöldið.
Róbert Hvað heitir þú?
Marco Ég heiti Marco. En þú?
Róbert Róbert.
Marco Vertu blessaður.
Róbert Bless.

Vala Sæll, ert þú Róbert?
Róbert Já, komdu sæl.
Vala Sæll, ég heiti Vala.
Róbert Já, ert þú Vala?
Vala Já, gaman að sjá þig.
Róbert Sömuleiðis.
Vala Bless.
Róbert Já, vertu blessuð.

Vala Hæ, hvað segir þú?
Inga Allt fínt, en þú?
Vala Jú, jú, allt fínt.
Inga Þetta er Vala, vinkona mín.
Marco Sæl, gaman að sjá þig. Ég heiti Marco.
Vala Sæll, sömuleiðis.

Hvað heitir hann?______________________________

Hvað heita þær?______________________________

Hvað heita þau?______________________________

gott kvöld *good evening* (formal)
góða kvöldið *good evening*
en þú? how about you?, and you?
vertu blessaður goodbye
sæll hi
ert þú? are you?
já yes
komdu sæl *how do you do?*
gaman að sjá þig nice to see you
sömuleiðis you too
vertu blessuð goodbye
hæ hi
hvað segir þú? how are you?
allt fínt fine, just fine
jú yes
þetta this
er is
vinkona (female) friend
mín my
sæl hi
þær they
þau they

annar 2 kafli

[14]

Marco	Ert þetta þú?
Inga	Já, þetta er ég og þetta er mamma mín.
Marco	Já, einmitt. Hvað heitir hún?
Inga	Hún heitir Auður. Og þetta er pabbi minn.
Marco	Já, hvað heitir hann?
Inga	Hann heitir Sverrir.
Marco	Er þetta systir þín?
Inga	Já, hún heitir Birna.

The possessive pronouns in the 1st person (**minn/mín**, my) and 2nd person singular (**þinn/þín**, your) change their form according to the gender of the noun they refer to.

masculine	feminine
minn	mín
þinn	þín

Þú svarar fyrir Ingu

Er þetta systir þín? *Já, þetta er systir mín.*

Er þetta pabbi þinn? *Nei, þetta er ekki pabbi minn.*

Er þetta mamma þín? ______________________

Er þetta bróðir þinn? ______________________

mamma *Mum, mother*
einmitt *exactly*
hún heitir Auður *her name is Auður*
og *and*
pabbi *Dad, father*
minn *my*
hann heitir Sverrir *his name is Sverrir*
systir *sister*
þú svarar fyrir Ingu *you answer for Inga*
þín *your*
þinn *your*
nei *no*
ekki *not*
bróðir *brother*

Er Birna stelpa? *Já, hún er stelpa.*

Er Guðni stelpa? *Nei, hann er ekki stelpa.*

Er Guðni strákur? ______

Er Auður kona? ______

Er Sverrir maður? ______

Þú svarar fyrir Guðna

Hvað heitir þú? ______

Hvað heitir pabbi þinn? ______

Hvað heitir mamma þín? ______

Hvað heitir systir þín? ______

Góðan dag
Góðan daginn
Komdu sæll
Halló
Hæ
Bless, bless

stelpa girl
strákur boy
kona woman
maður man
þú svarar fyrir Guðna *you answer for Guðni*

þriðji 3 kafli

Numerals 1-10, p. 105 • Possessive pronouns 3rd person: **hans, hennar** • 6 main classes of nouns, p. 97

masc.	fem.	neut.
-i	-a	-a
-ur	-	-

What is this? **Hvað er þetta?**

[16]

Sigríður Sæl, Auður mín. Hvað segir þú?
Auður Ég segi allt gott, en þú?
Sigríður Jú, jú, allt ágætt.
Auður Takk fyrir síðast.
Sigríður Já, sömuleiðis.
Auður Það var svo skemmtilegt.
Sigríður Já, alveg rosalega.

[17]

	masculine	feminine	neuter
1	einn	ein	eitt
2	tveir	tvær	tvö
3	þrír	þrjár	þrjú
4	fjórir	fjórar	fjögur
5		fimm	
6		sex	
7		sjö	
8		átta	
9		níu	
10		tíu	

[18]

Ásdís Komdu sæl.
Inga Nei, sæl Ásdís, gaman að sjá þig.
Ásdís Er þetta Birna systir þín?
Inga Já.
Ásdís Hvað er hún gömul?
Inga Hún er fimm ára.
Ásdís Gaman að sjá ykkur.
Inga Já, sömuleiðis. Sjáumst.
Ásdís Já, endilega.

Auður mín *my dear (Auður)*
ég segi allt gott *I am fine*
allt ágætt *fine, I am fine*
takk fyrir síðast *It was lovely/great seeing you last night/last week/at the cinema etc.*
það *it*
var *was*
svo *so*
skemmtilegt *fun, amusing*
alveg rosalega *very much*
hvað er hún gömul? *how old is she?*
fimm ára *five years old*
ykkur *you*
sjáumst *see you*
endilega *by all means*

Þetta er fjölskylda Ingu. Sverrir Guðnason og Auður Björnsdóttir eru hjón. Þau eiga þrjú börn. Þau heita Inga, Guðni og Birna. Inga er nítján ára, Guðni er tíu ára og Birna er fimm ára. Fjölskyldan býr á Vesturgötu sex. Marco er tuttugu og eins árs. Hann er skiptinemi frá Ítalíu. Hann býr hjá þeim núna.

Icelanders (usually) do not use surnames. The tradition is to add -son/-daughter (Icelandic -son/-dóttir) to the first name of the father, which is in the genitive. For example, if a person is called Birna Sverrisdóttir, we know that her name is Birna and her father's first name is Sverrir. She is the daughter of Sverrir and therefore Sverrisdóttir, but it is not her name. The same goes for Guðni: he is Sverrisson, but his name is Guðni.

The possessive pronouns in the 3rd person singular (**hans**, his; **hennar**, her).

masculine	feminine
hans	hennar

Eru Sverrir og Auður hjón? *Já, þau eru hjón.*

Er Birna dóttir Auðar? *Já, hún er dóttir hennar.*

Er Inga dóttir Sverris? ______________________

Er Guðni sonur Sverris? ______________________

Er Inga systir Birnu? ______________________

fjölskylda *family*
eru *are*
hjón *married couple*
eiga *have*
þrjú *three*
börn *children*
þau heita *their names are*
nítján ára *nineteen years old*
fjölskyldan *the family*
býr *live*
á Vesturgötu *on/at Vesturgata*
Marco er 21 árs *Marco is 21 years old*
skiptinemi *exchange student*
frá Ítalíu *from Italy*
hjá *with*
þeim *them*
núna *now*
dóttir *daughter*
sonur *son*

[20]

mamma	Komdu sæll og velkominn til Íslands. Ég er Auður.
Marco	Komdu sæl, gaman að sjá þig.
mamma	Sömuleiðis. Þetta er Sverrir, maðurinn minn.
pabbi	Sæll og blessaður og vertu velkominn.
Marco	Sæll.
mamma	Þetta er Birna. Hún er bara fimm ára.
Birna	Hæ.
Marco	Sæl.
Guðni	Blessaður, ég heiti Guðni.
mamma	Þú þekkir Ingu, er það ekki?
Marco	Jú, gaman að sjá þig aftur.
Inga	Takk, sömuleiðis.
pabbi	Gakktu í bæinn.
Marco	Takk.

Hvað heitir hún? ______________________

Hvað heitir mamma hennar? ______________________

Hvað heitir pabbi hennar? ______________________

Hvað heitir systir hennar? ______________________

Hvað heitir hann? ______________________

Hvað heitir mamma hans? ______________________

Hvað heitir pabbi hans? ______________________

komdu sæll *hi*
velkominn *welcome*
til *to*
Íslands *Iceland*
maðurinn minn *my husband*
sæll og blessaður *how do you do?*
vertu velkominn *welcome*
bara *just*
blessaður *hi*
þekkir *know*
er það ekki? *don't you?*
aftur *again*
takk *thank you*
gakktu í bæinn *(do) come in*

Every noun has a grammatical gender that does not change. Word-endings often provide a clue to the gender. The grammatical gender of most nouns has little to do with the meaning of the word.

masculine		feminine		neuter	
penn-i	*a pen*	klukk-a	*a clock*	auga	*an eye*
sím-i	*a phone*	kis-a	*a cat*	eyra	*an ear*
lamp-i	*a lamp*	stelp-a	*a girl*	hjarta	*a heart*
sóf-i	*a sofa*				
ost-ur	*cheese*	mjólk	*milk*	brauð	*bread*
strák-ur	*a boy*	mynd	*a picture*	kaffi	*coffee*
stól-l	*a chair*			borð	*a table*
				glas	*glass*
				hús	*a house*

Hvað er þetta?

Þetta er penni.

Hvað er þetta?

Hvað er þetta?

Hvað er þetta?

Hvað er þetta?

Hvað er þetta?

Hvað er þetta?

Hvað er þetta?

mamma Birna, viltu hafa brauð með kæfu í nesti?
Birna Er ekki til ostur?
mamma Nei, hann er búinn.
Birna En epli?
mamma Já, það er inni í ísskáp.

hvað er þetta? *what is this?*	**kæfu** *paté*	**en epli?** *what about an apple?*
viltu? *do you want?*	**í nesti** *for lunch*	**inni í** *inside*
hafa *have*	**er ekki til?** *is there any?*	**ísskáp** *refrigerator*
brauð *bread*	**ostur** *cheese*	
með *with*	**hann er búinn** *it is finished*	

fjórði 4 kafli

Numerals 10-20, p. 105 • Where are you from? **Hvaðan ertu?**
• The definite article, singular, p. 98

masc.	fem.	neut.
-inn	-in	-ið

Where is . . .? **Hvar er . . .?**

[22]

Guðni	Halló.
Marco	Nei, hæ, gaman að sjá þig.
Guðni	Sömuleiðis. Hvað segir þú?
Marco	Allt gott, en þú?
Guðni	Allt fínt. Ég er að fara í spilatíma.
Marco	Hvað er klukkan?
Guðni	Hún er eitt.
Marco	Klukkan hvað áttu að mæta?
Guðni	Klukkan hálf tvö.

[23]

Guðni	Fyrirgefðu, getur þú nokkuð sagt mér hvað klukkan er?
maður	Já, hún er þrjú.
Guðni	Takk.
maður	Það var ekkert.

10 **tíu** 11 **ellefu** 12 **tólf** 13 **þrettán** 14 **fjórtán** 15 **fimmtán**
16 **sextán** 17 **sautján** 18 **átján** 19 **nítján** 20 **tuttugu**

[24]

5

19

10

Hvað er Birna gömul? *Hún er fimm ára.* ____________________

Hvað er Guðni gamall? ____________________

Hvað er Inga gömul? ____________________

halló *hello*
hvað segir þú? *how are you?*
allt gott *fine*
ég er að fara *I am going*
í spilatíma *to a music lesson*
hvað er klukkan? *what time is it?*
hún er eitt *it is one o'clock*
klukkan hvað? *at what time?, when?*
áttu? *do you have?*
mæta *attend*
klukkan hálf tvö *half past one*
fyrirgefðu *excuse me*
getur þú nokkuð sagt mér hvað klukkan er? *could you tell me what time it is?*
það var ekkert *don't mention it*
hvað er hann gamall? *how old is he?*
hvað er hún gömul *how old is she?*

Hvaðan er John?
Hann er frá Englandi.

Hvaðan er Olga?
Hún er frá Rússlandi.

Hvaðan er Pierre?
Hann er frá Frakklandi.

Hvaðan er Søren?
Hann er frá Danmörku.

Hvaðan er Marco?
Hann er frá Ítalíu.

Hvaðan er Audrey?
Hún er frá Bandaríkjunum.

Hvaðan ert þú?

____

The definite article is a clitic, attached to the end of the noun, not a separate word as in English. The definite article is different for each gender.

masculine -inn	**feminine** -in	**neuter** -ið
sími-nn *the phone*	stofa-n *the living room*	eldhús-ið *the kitchen*
stóll-inn *the chair*	mynd-in *the picture*	herbergi-ð *the room*

hvaðan er hann? *where is he from?*
frá Englandi *from England*
frá Rússlandi *from Russia*
frá Frakklandi *from France*
frá Danmörku *from Denmark*
frá Ítalíu *from Italy*
frá Bandaríkjunum *from the United States*

Hvað er þetta?
Hvar er það?

Þetta er baðherbergið.
Það er uppi.

Hvað er þetta?
Hvar er hún?

Þetta er stofan.
Hún er niðri.

Hver er þetta?
Hvar er hann?

Hvað er þetta?
Hvar er það?

Hvað er þetta?
Hvar er hún?

baðherbergið *the bathroom*
hvar? *where?*
uppi *upstairs*
niðri *downstairs*
sjónvarpið *the television*
myndin *the picture*

Guðni Komdu Marco. Ég ætla að sýna þér húsið.
Marco Já, takk.
Guðni Hérna er stofan.
Marco Já, einmitt.
Guðni Og hérna er eldhúsið.
Marco Já. Hvar er baðherbergið?
Guðni Það er uppi. Líka herbergið mitt og þitt. Komdu upp.
Hérna er baðherbergið og hér er herbergið þitt.
Marco Vá, en flott.

mamma Guðni minn, ætlar þú ekkert að borða?
Guðni Ég er ekkert svangur.
mamma Þú verður að borða eitthvað. Viltu jógúrt?
Guðni Nei.
mamma En kornflex?
Guðni Nei.
mamma Heyrðu elskan, reyndu nú að tala við strákinn.
pabbi Guðni minn, fótboltamenn verða nú líka að borða!
Guðni Já, já, ókei.
Birna Mamma, er ekki til ristað brauð?
mamma Jú, það er í brauðristinni.
Viltu kaffi Sverrir?
pabbi Já, bara tíu dropa.

Auður 5-5-5-7-6-5-4.
kona Ferðaskrifstofan Útrás, góðan daginn.
Auður Góðan daginn, hvað er opið lengi?
kona Til klukkan sjö.
Auður Fínt er. Takk fyrir það.
kona Það var ekkert.

komdu *come*
ætla *intend*
sýna *show*
þér *you*
húsið *the house*
hérna *here*
líka *also*
mitt *my*
þitt *your*
upp *upstairs*
hér *here*
vá! *wow!*
en flott! *how smart!, it's great!*
ætlar *intend*
ekkert *nothing/not*
borða *eat*
svangur *hungry*
verður *must*
eitthvað *something*
jógúrt *yogurt*
kornflex *cornflakes*
heyrðu *listen*
elskan *darling*
reyndu *try*
nú *now*
tala við *talk to*
strákinn *the boy*
fótboltamenn *football players*
verða *must*
ókei *o.k.*
ristað brauð *toast (literally "toasted bread")*
í brauðristinni *in the toaster*
kaffi *coffee*
bara tíu dropa *just a little*
ferðaskrifstofan *the tourist office*
opið *open*
lengi *long*
til klukkan sjö *until seven*
takk fyrir *thank you*

fimmti **5** kafli

- Numerals 10-100, p. 106 • Days of the week yesterday, today, tomorrow - **í gær, í dag, á morgun**
- Adjectives, singular, p. 101

masc.	fem.	neut.
-ur	-	-t

What time is it? **Hvað er klukkan?**

[29]

Marco	Má ég hringja?
Sverrir	Já, gjörðu svo vel. Síminn er þarna.
Marco	Hvað er síminn hjá Kristjáni?
Sverrir	551 2273.
Marco	551 2273.

10 tíu	20 tuttugu	30 þrjátíu	40 fjörutíu	50 fimmtíu
60 sextíu	70 sjötíu	80 áttatíu	90 níutíu	100 hundrað

[30]

sunnudagur	mánudagur	þriðjudagur	miðvikudagur	fimmtudagur	föstudagur	laugardagur
Sunday	*Monday*	*Tuesday*	*Wednesday*	*Thursday*	*Friday*	*Saturday*

í gær *yesterday*	í dag *today*	á morgun *tomorrow*
í gær var sunnudagur	í dag er mánudagur	á morgun er þriðjudagur

[31]

Auður	Hvaða dagur er í dag?
Sverrir	Miðvikudagur.
Auður	Miðvikudagur! Hvað segir þú, ég hélt að það væri þriðjudagur.
Sverrir	Hvað með það?
Auður	Ég gleymdi tannlækninum í gær.
Sverrir	Það skiptir ekki máli. Þú pantar bara annan tíma.
Auður	Nei, nei, ég tala við hann á morgun.

má *can*
hringja *call*
gjörðu svo vel *please do*
síminn *the telephone*
hvað er síminn hjá honum? *what is his telephone number?*
þarna *there*
hvaða dagur er í dag? *what day is it?*
hvað segir þú! *really!, gosh!*
hélt *thought*
væri *were*
hvað með það? *so what?*
gleymdi *forgot*
tannlækninum *the dentist*
það skiptir ekki máli *it doesn't matter*
pantar *order*
annan *another*
tíma *appointment*

Adjectives can occur in all three genders depending on the noun they modify or describe.

masculine	feminine	neuter
-ur	-	-t
ungur	ung	ungt

Er Guðni ungur?
Já, hann er ungur.

Er Ingibjörg ung?
Nei, hún er ekki ung.

Er Björn ungur?

Er Birna ung?

Er Inga ung?

Þetta er Róbert.
Hann er dökkhærður.
Hann er hár.
Hann er grannur.
Hann er alltaf glaður og brosandi.
Hann er skemmtilegur.

Þetta er marsbúi.
Hann heitir L-10.
Hann er feitur og lítill og ljótur.
Hann er aldrei glaður.
Hann er alltaf fúll og leiðinlegur.

Þetta er Vala.
Hún er ljóshærð
Hún er lágvaxin og mjög grönn.
Núna er hún glöð og kát.
Oftast er hún róleg og alvarleg.

Þetta er Ingibjörg.
Hún er gömul.
Hún er gráhærð.
Hún er stundum einmana.
En hún er alltaf góð.

ungur *young*
dökkhærður *dark-haired*
hár *tall*
grannur *thin*
alltaf *always*
glaður *happy*
brosandi *smiling*
skemmtilegur *amusing*
marsbúi *Martian*
feitur *fat*
lítill *small*
ljótur *ugly*
aldrei *never*
fúll *grumpy*
leiðinlegur *boring*
ljóshærð *blond*
lágvaxin *short*
mjög *very*
grönn *thin*
glöð *happy*
kát *cheerful*
oftast *most often*
róleg *quiet, calm*
alvarleg *serious*
gömul *old*
gráhærð *grey-haired*
stundum *sometimes*
einmana *lonely*
góð *nice, kind*

Þú svarar fyrir Guðna

Ert þú ljóshærður?	*Já, ég er ljóshærður.*
Ert þú feitur?	______________________
Ert þú glaður?	______________________
Ert þú gamall?	______________________

Þú svarar fyrir Ingu

Ert þú hávaxin?	*Já, ég er hávaxin.*
Ert þú dökkhærð?	______________________
Ert þú grönn?	______________________

[33]

Inga	Hvað heitir þessi strákur?
Vala	Þessi með gleraugun?
Inga	Já.
Vala	Þetta er Palli, vinur minn.
Inga	Rosalega er hann sætur.
Vala	Finnst þér það?
Inga	Já, hann er svo glaðlegur.
Vala	Já, hann er líka mjög skemmtilegur.

[34]

Fyrirgefðu, getur þú sagt mér hvað klukkan er?	*Já, hún er hálf tvö.*
Gætirðu nokkuð sagt mér hvað klukkan er?	*Jú, sjálfsagt. Hún er korter yfir eitt.*
Er klukkan orðin þrjú?	*Nei, hún er korter í.*

hávaxin *tall*
þessi *this*
þessi með *this one with*
gleraugun *the glasses*
vinur *friend*
rosalega er hann sætur *he is so cute*
finnst *think*
finnst þér það? *do you think so?*
glaðlegur *cheerful*
gætirðu nokkuð sagt mér? *could you please tell me?*
fyrirgefðu, getur þú sagt mér hvað klukkan er? *excuse me, can you tell me what time it is?*
sjálfsagt *of course*
korter yfir eitt *quarter past one*
Er klukkan orðin þrjú? *Is it three already?*

Marco	Fyrirgefðu, geturðu sagt mér hvað klukkan er?
kona	Hún er hálf tíu.
Marco	Hvenær kemur næsti strætó?
kona	Eftir fimm mínútur.
Marco	Takk.

pabbi	Guðni, þú þarft að drífa þig af stað, klukkan er að verða.
Guðni	Má ég ekki leika við Gumma eftir skóla?
pabbi	Áttu ekki að fara í spilatíma klukkan fjögur?
Guðni	Æ, jú. Ég var búinn að gleyma því.

Guðni	Mamma, hvað er í matinn?
mamma	Það eru kjötbollur í brúnni sósu með kartöflum.
Guðni	Er til rabarbarasulta?
mamma	Nei, það er bara til jarðarberjasulta.
Guðni	Þá langar mig ekki í neitt.
mamma	Guðni minn, láttu ekki svona.
Birna	Þá borða ég bara þinn skammt.
pabbi	Guðni borðar matinn sinn.
mamma	Maturinn er til, gjörið þið svo vel.
pabbi	Birna mín, getur þú rétt mér saltið?
Birna	Nei.
mamma	Birna mín, reyndu nú að vera kurteis við pabba þinn.
Birna	Allt í lagi.
pabbi	Takk fyrir mig.
mamma	Verði þér að góðu.

hvenær? *when?*
kemur *come*
næsti *next*
strætó *bus*
eftir *after*
mínútur *minutes*
þarft *have to*
drífa þig *hurry*
(fara) af stað *set off*
klukkan er að verða *it is nearly time*
leika við *play with*
skóla *school*
áttu ekki að? *aren't you supposed to?*
ég var búinn *I had*
gleyma *forget*
því *it*
hvað er í matinn? *what is for dinner?*
kjötbollur *meatballs*
brúnni sósu *gravy*
kartöflum *potatoes*
rabarbarasulta *rhubarb jam/preserve/sauce*
jarðarberjasulta *strawberry jam/preserve/sauce*
þá *then*
mig langar í *I want*
ekki neitt *nothing*
láttu ekki svona *don't be like that*
skammt *portion*
sinn *his*
maturinn er til *dinner is served*
gjörið þið svo vel *please*
getur þú? *can you?*
rétt *pass*
saltið *the salt*
vera *be*
kurteis *polite*
allt í lagi *all right*
takk fyrir mig *thanks for the meal*
verði þér að góðu *bon appetit*

sjötti 6 kafli

- Verb: **búa** live, p. 120, 129
- Numerals 21-29, p. 106 • Progressive aspect - **vera að** + infinitive
- Prepositions of place/location - **á / í** + dative, p. 133
- Verb: **ætla** intend

[37]

Guðni	Halló.
Einar	Hæ, hvað ert þú að gera?
Guðni	Ég er að borða, en þú?
Einar	Ég er að lesa. Viltu koma út að leika?
Guðni	Allt í lagi, ég kem strax.
Einar	Ókei, bæ.

[38]

	masculine	feminine	neuter
21	tuttugu og einn	tuttugu og ein	tuttugu og eitt
22	tuttugu og tveir	tuttugu og tvær	tuttugu og tvö
23	tuttugu og þrír	tuttugu og þrjár	tuttugu og þrjú
24	tuttugu og fjórir	tuttugu og fjórar	tuttugu og fjögur
25		tuttugu og fimm	
26		tuttugu og sex	
27		tuttugu og sjö	
28		tuttugu og átta	
29		tuttugu og níu	

Remember! Numerals are used in:

masculine — **telephone numbers**
Síminn er fimm, fimm, einn, tuttugu og einn, þrjátíu og þrír.

feminine — **crown**
Þetta kostar tvær krónur.

neuter — **house numbers, time and years**
Ég bý á Þórsgötu þrjú.
Klukkan er tvö.

Hann er fæddur árið nítján hundruð áttatíu og eitt. **1981**

Pay attention to the endings of the verb **búa** (live) and the i-umlaut in the singular.

[39]

singular			
	1. p.	ég	bý ·
	2. p.	þú	býrð ·
	3. p.	hann hún það	býr ·

plural			
	1. p.	við	búum
	2. p.	þið	búið
	3. p.	þeir þær þau	búa

búa *live*
hvað ert þú að gera? *what are you doing?*
lesa *read*
koma *come*
út *out*
kem *come*
strax *right away, immediately*
bæ *bye*

Marco	Halló, þetta er Marco. Er Kristján heima?
mamma	Já, augnablik.
Kristján	Halló.
Marco	Sæll, þetta er Marco.
Kristján	Marco, hæ, ert þú kominn?
Marco	Já, ég kom í gær.
Kristján	Hvar býrð þú?
Marco	Hjá Ingu á Vesturgötu sex.
Kristján	Já, og hvernig líkar þér?
Marco	Bara mjög vel.
Kristján	Eigum við að hittast í kvöld?
Marco	Já, endilega.
Kristján	Hvað er síminn hjá þér?
Marco	552 60 07.
Kristján	Frábært. Ég hef samband um sjöleytið.
Marco	Allt í lagi. Bless á meðan.
Kristján	Bless bless.

If one wants to indicate the real present tense of action verbs, the compound verb phrase **vera + að +** infinitive of the main verb is used. **Hann er að lesa** (he is reading).

Hvað er pabbi að gera?
Hann er að vaska upp.

Hvað er amma að gera?
Hún er að þvo þvott.

Hvað er Birna að gera?
Hún er að horfa á sjónvarpið.

Hvað er Guðni að gera?
Hann er að lesa.

Hvað er Inga að gera?
Hún er að bursta tennurnar.

Hvað er mamma að gera?
Hún er að klæða sig.

er Kristján heima? *is Kristján there?*
augnablik *one moment*
ert þú kominn? *have you arrived?*
kom *came*
býrð þú? *do you live?*
hvernig líkar þér? *how do you like it?*
bara mjög vel *just fine*
eigum við? *shall we?*
hittast *meet*
í kvöld *tonight*
hvað er síminn hjá þér? *what is your telephone number?*
frábært *great*
ég hef samband *I will be in touch*
um sjöleytið *at about seven*
bless á meðan *bye for now*
vaska upp *do the dishes*
þvo þvott *do the laundry*
horfa á sjónvarpið *watch the telly*
bursta tennurnar *brush one's teeth*
klæða sig *get dressed*

sjötti 6 kafli

The prepositions **á** (on) and **í** (in) are followed by dative when indicating a location.

	masculine	feminine	neuter
nom.	vegur *road*	gata *street*	stræti *street*
dat.	vegi	götu	stræti

House numbers are always neuter. When you want to say I live at Laugavegur 23, you say **ég bý á Laugavegi tuttugu og þrjú.**

Inga Sæl, Vala mín, hvað segirðu?
Vala Allt fínt. Ég var að flytja.
[41] Inga Hvað segirðu! Hvar býrðu núna?
Vala Núna bý ég í Mjóstræti fjögur. En þú?
Inga Ég er alltaf á sama stað, á Vesturgötu sex.
Vala Nú, þá erum við í sama hverfi.

The present tense of the auxiliary verb **ætla + að +** infinitive of the main verb accompanied by a temporal phrase or adverb is used to indicate what you intend to do. **Ég ætla að lesa núna** (I intend to read now).

[42]

singular	1. p.	ég	ætla
	2. p.	þú	ætlar
	3. p.	hann hún það	ætlar

plural	1. p.	við	ætlum
	2. p.	þið	ætlið
	3. p.	þeir þær þau	ætla

Árni Hvað ætlar þú að gera í kvöld?
Auður Ég ætla að vera heima. En þú?
Árni Ég ætla að fara á tónleika. Komdu með.
Auður Nei, ég er svo þreytt, ég nenni því ekki.
Árni Jú, komdu með. Þetta er svo skemmtileg hljómsveit.
Auður Klukkan hvað?
Árni Klukkan átta. Komdu.
Auður Allt í lagi.
Árni Fínt. Sjáumst hálf átta.

hvað segirðu? *how are you?*
flytja *move*
hvað segirðu! *really!*
bý *live*
sama *the same*
stað *place*
Nú! (≠ **núna**) *really!*
hverfi *neighbourhood*
vera heima *stay home*
tónleika *concert*
þreytt *tired*
ég nenni því ekki *I do not bother*
hljómsveit *orchestra, band*
klukkan hvað? *at what time? when?*

Hann heitir Guðni.
Hann er tíu ára.
[43] Hann er svangur.
Hann ætlar að borða klukkan sjö.

Hún heitir Inga.
Hún er nítján ára.
Hún er þreytt.
Hún ætlar að fara að sofa klukkan níu.

Hvað ætla mamma og pabbi að gera klukkan níu?
Þau ætla að fara í leikhús klukkan níu.

Hvað ætlar Birna að gera klukkan tvö?

____

Hvað ætlar afi að gera klukkan átta?

____

Hvað ætlar Inga að gera klukkan eitt?

____

Hvað ætlar Guðni að gera klukkan sjö?

____

Sverrir Gulli, ætlarðu að fá þér samloku í hádeginu?
Gulli Nei, ég ætla að fá mér súpu og salat.
Sverrir Frábær hugmynd. Ég kem með!
Gulli Ja, ég var nú eiginlega að hugsa um að fara með vinkonu minni sko.
Sverrir Já, já, mér er alveg sama þótt hún komi líka.

fara að sofa *go to bed*
leikhús *theatre*
afi *grandfather*
ætlarðu? *do you intend?*
fá *get*
samloku *sandwich*
í hádeginu *in the lunch break*
súpu *soup*
salat *salad*
hugmynd *idea*
ja *well*
eiginlega *in fact*
hugsa *think*
vinkonu *(female) friend*
minni *my*
sko *you see, you know*
mér er alveg sama *I do not mind at all*
þótt *even though*
komi *come*

sjöundi 7 kafli

- Numerals 100-2000, p. 106 • Next/last Monday - **á mánudaginn**
- Verb: **tala** speak, p. 121
- Objects in the accusative, p. 131

	masc.
nom.	fiskur
acc.	fisk

[45]

Ásdís	Komdu sæll.
Marco	Komdu sæl.
Ásdís	Ég heiti Ásdís. Hvað heitir þú?
Marco	Ég heiti Marco.
Ásdís	Ertu íslenskur?
Marco	Nei, ég er ítalskur.
Ásdís	En þú talar íslensku.
Marco	Já, ég er að læra íslensku.
Ásdís	Já, gott, ég tala nefnilega ekki ítölsku.
Marco	Nú? Talar þú bara íslensku?
Ásdís	Nei, líka ensku og smá dönsku.
Marco	Já, já.
Ásdís	Gaman að hitta þig.
Marco	Sömuleiðis.
Ásdís	Höfum samband.
Marco	Já, endilega. Sjáumst.

100 (eitt) hundrað	200 tvö hundruð	300 þrjú hundruð
400 fjögur hundruð	500 fimm hundruð	600 sex hundruð
700 sjö hundruð	800 átta hundruð	900 níu hundruð
1000 (eitt) þúsund	2000 tvö þúsund	

[46]

123 eitt hundrað tuttugu og þrír (þrjár, þrjú)

374 þrjú hundruð sjötíu og fjórir (fjórar, fjögur)

Sverrir	Hvað ertu gamall?
Gulli	Þrjátíu og sex.
Sverrir	Ertu fæddur sextíu og þrjú?
Gulli	Nei, ég er fæddur sextíu og fjögur, en þú? Hvenær ert þú fæddur?
Sverrir	Nítján hundruð fimmtíu og fjögur.
Gulli	Hvað segirðu, ég hélt þú værir miklu yngri.

íslenskur *Icelandic*
ítalskur *Italian*
íslensku *Icelandic (language)*
læra *learn*
nefnilega *namely, that is*
ítölsku *Italian (language)*
ensku *English (language)*
smá *a little*
dönsku *Danish (language)*
hitta *meet*
höfum samband *let's keep in touch*
gamall *old*
fæddur *born*
nítján hundruð sextíu og fjögur *1964*
værir *were*
miklu *much*
yngri *younger*

Á mánudaginn means next or last Monday.

á mánudaginn, á þriðjudaginn, á miðvikudaginn, á fimmtudaginn, á föstudaginn, á laugardaginn, á sunnudaginn

Birna	Hvaða dagur er í dag, mamma?
mamma	Þriðjudagur.
Birna	Er afmælið mitt í dag?
mamma	Nei, elskan mín, það er á laugardaginn.
Birna	Er það á morgun?
mamma	Nei, það er miðvikudagur á morgun, svo kemur . . .
Birna	fimmtudagur og svo er
mamma og Birna	föstudagur
mamma	og svo kemur lau . . .
Birna	afmælið mitt!

Nominals that follow the verb and that bear a case determined by the verb are called objects of the verb. The verb decides the case of the object. Some verbs assign the accusative to their object, others the dative and a very few assign the genitive. Verbs always take the same case. The verb **tala** (speak) assigns accusative.

singular			
	1. p.	ég	tala
	2. p.	þú	talar
	3. p.	hann hún það	talar

plural			
	1. p.	við	tölum
	2. p.	þið	talið
	3. p.	þeir þær þau	tala

The accusative form of feminine words like **íslenska** (Icelandic), **enska** (English), **danska** (Danish) and **ítalska** (Italian).

nom.	íslenska	enska	danska	ítalska
acc.	íslensku	ensku	dönsku	ítölsku

afmælið *the birthday*
elskan mín *my love*

[48]

Talar Birna íslensku?	*Já, hún talar íslensku.*
Talar Birna ítölsku?	*Nei, hún talar ekki ítölsku.*
Tala Sverrir og Auður íslensku?	______________________
Talar Guðni íslensku?	______________________
Tala Inga og Birna íslensku?	______________________
Talar Inga ensku?	______________________

[49]

vinur Hæ, takk fyrir síðast.
Vala Já, sömuleiðis.
vinur Fannst þér ekki gaman?
Vala Jú, æðislega. Þetta var skemmtileg veisla.
vinur Já, frábær. Róbert var í svo góðu skapi.
Vala Já, hann var skemmtilegur.
vinur Hvað ætlarðu að gera á sunnudaginn?
Vala Ég veit það ekki. Heimsækja vin minn kannski, hann er sko ítalskur.
vinur Nú, talar þú ítölsku?
Vala Já, pínulítið. Við tölum alltaf saman á ítölsku.

Other verbs with accusative objects are the verbs **læra** (learn), **borða** (eat), **lesa** (read), **drekka** (drink) and **fá** (get). Notice the different forms of the nouns (and the numerals, **einn, eina**) in the nominative and the accusative.

	masculine	feminine	feminine	neuter
nom.	fiskur *fish*	bók *book*	ein kókómjólk *chocolate milk*	kaffi *coffee*
acc.	fisk	bók	eina kókómjólk	kaffi

fannst þér ekki gaman? *didn't you have fun?*
æðislega *very much*
veisla *party*
var í svo góðu skapi *was in such a good mood*
ég veit það ekki *I don't know*
heimsækja *visit*
kannski *maybe*
pínulítið *a little*
við tölum saman *we talk together*

Hvað er Marco að gera? *Hann er að læra íslensku.*

Hvað er Guðni að gera? ____________________

Hvað er Inga að gera? ____________________

Hvað er pabbi að gera? ____________________

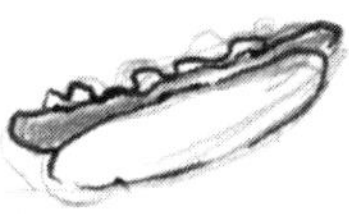

Guðni	Ég ætla að fá eina með öllu nema hráum.
pylsusali	Hundrað og fimmtíu.
Guðni	Já, og eina appelsín.
pylsusali	Fleira?
Guðni	Já, eitt Prins Póló.
pylsusali	Þrjú hundruð og áttatíu.

Guðni	Oh, það er ekkert til að éta hérna.
Inga	Farðu þá út í búð og kauptu eitthvað!
Guðni	Alltaf þarf ég að gera allt.
Inga	Ég skal sjóða egg á meðan.
Guðni	Allt í lagi, ég stekk þá. Hvað á ég að kaupa?
Inga	Kauptu brauð, mjólk og ost.
Guðni	Já, og kannski eitthvað að drekka. Djús? Viltu epla eða appelsínu?
Inga	Mér er alveg sama.

ég ætla að fá *I would like to have*
eina með öllu *one (hot dog) with everything on it*
nema *except*
hráum (lauk) *raw (onion)*
pylsusali *a man or a woman who sells hot dogs*
appelsín *orange soda, orangeade, orange pop*
fleira? *anything else?*
Prins Póló *Prince Polo (popular chocolate bar)*
oh! *oh!*
éta *eat*
farðu *go*
búð *shop*
kauptu *buy*
þarf *have to*
allt *everything*
ég skal *I can*
sjóða *boil*
egg *egg*
á meðan *in the meantime*
stekk *go*
hvað á ég að kaupa? *what shall I buy?*
ost *cheese*
drekka *drink*
djús *squash/juice*
epla *apple*
eða *or*
appelsínu *orange*
mér er alveg sama *I do not care*

- Months - **mánuðir**
- Seasons - **árstíðir**
- Verb: **gera** do
- What? **Hvað?**
- Where from? **Hvers lenskur?**
- When? **Hvenær?**
- How? **Hvernig?**
- Which?/What? **Hvaða?**

[52]

Guðni Hvað ætlar þú að gera í sumar?
Einar Ég ætla að vinna í unglingavinnunni í júní og júlí og fara svo til Ítalíu í ágúst.
Guðni En gaman. Með hverjum ferð þú?
Einar Ég fer með mömmu og pabba. En þú?
Guðni Ég fer strax í maí í sveit og verð í allt sumar.
Einar Finnst þér ekki leiðinlegt að vera í sveit?
Guðni Nei, það er ofsalega skemmtilegt, sérstaklega í júlí þegar heyskapurinn byrjar.

janúar *January*
febrúar *February*
mars *March*
apríl *April*
maí *May*
júní *June*
júlí *July*
ágúst *August*
september *September*
október *October*
nóvember *November*
desember *December*

sumar **í sumar** *this/last summer*
vetur **í vetur** *this/last winter*
vor **í vor** *this/last spring*
haust **í haust** *this/last autumn*

The question **hvað gerir þú?** refers to occupation. The conjugation of the verb **gera** (do) in the present tense is like the verb **heita.** In questions the verb **gera** is used; in answers other verbs are used. **Hvað gerir þú? Ég er kennari.** What is your profession? I am a teacher.

vinna *work*
unglingavinnunni *summer job for teenagers*
júní *June*
júlí *July*
fara *go*
ágúst *August*
en gaman! *how nice!*
með hverjum ferð þú? *whom do you go with?*
mömmu *mother*
pabba *father*
maí *May*
sveit *countryside*
verð *stay*
í allt sumar *the whole summer*
leiðinlegt *boring*
ofsalega *very*
sérstaklega *especially*
þegar *when*
heyskapurinn *hay-making*
byrjar *begins*

Þetta er Oliver.
Hann er skoskur.
Hann talar skosku.
Hann er hávaxinn og myndarlegur.
Hann er læknir.
Hann ætlar að fara út að borða
á mánudaginn.

Hvað ætlar Oliver að gera á mánudaginn?
Hvers lenskur er Oliver?
Hvenær ætlar hann að fara út að borða?

Hann ætlar að fara út að borða.
Hann er skoskur.
Hann ætlar að fara út að borða á mánudaginn.

Þetta er Birgitte.
Hún er sænsk.
Hún talar sænsku.
Hún er ljóshærð og frekar grönn.
Hún er blaðamaður.
Hún ætlar að fara í sund á þriðjudaginn.

Hvað gerir Birgitte?
Hvers lensk er hún?
Hvernig lítur hún út?

Hún er blaðamaður.
Hún er sænsk.
Hún er ljóshærð og frekar grönn.

Þetta er Pierre.
Hann er franskur.
Hann talar frönsku.
Hann er glaður og hress.
Hann er ritari.
Hann ætlar að fara í ferðalag í sumar.

Hvers lenskur er Pierre?
Hvaða mál talar hann?
Hvernig er hann?
Hvað gerir Pierre?

Hann er franskur.
Hann talar frönsku.
Hann er glaður og hress.
Hann er ritari.

skoskur *Scottish*
skosku *Scottish (language)*
hávaxinn *tall*
myndarlegur *handsome*
læknir *doctor*
fara út að borða *eat at a restaurant, go out to eat, eat out*
á mánudaginn *next Monday*
hvers lenskur? *what nationality?*
sænsk *Swedish*
sænsku *Swedish (language)*
frekar *rather*
blaðamaður *journalist*
fara í sund *go swimming*
á þriðjudaginn *next Tuesday*
hvernig lítur hún út? *what does she look like?*
franskur *French*
frönsku *French (language)*
hress *in good form, full of beans*
ritari *secretary*
fara í ferðalag *go on a journey*
hvaða mál talar hann? *what language does he speak?*
hvernig? *how?*
hvað gerir hann? *what is his profession?*

áttundi 8 kafli

[53]

Þetta er Judith.
Hún er þýsk.
Hún talar þýsku.
Hún er ung og fjörug.
Hún er í skóla.
Hún ætlar að fara á ball á föstudaginn.

Hvað gerir Judith? — *Hún er í skóla.*
Hvað ætlar Judith að gera á föstudaginn? — *Hún ætlar að fara á ball.*
Hvernig er hún? — *Hún er ung og fjörug.*

[54]

Róbert	Fyrirgefðu, geturðu sagt mér hvað klukkan er? Nei, sæl. Er þetta ekki Dísa Ben? Leikkona, er það ekki?
Dísa	Jú, það er rétt.
Róbert	Ég heiti Róbert, gaman að kynnast þér. Ég er blaðamaður og . . .
Dísa	Já, hún er hálf ellefu.
Róbert	Hvað segir þú?
Dísa	Hálf ellefu, klukkan er hálf ellefu.
Róbert	Já, klukkan, já einmitt.
Dísa	Já, bless.
Róbert	Öhhh, já, vertu blessuð.

Hvað gerir Róbert? ______________________

Hvað gerir Dísa? ______________________

Hvað er klukkan? ______________________

Finnst Dísu gaman að kynnast Róbert? ______________________

þýsk *German*
þýsku *German (language)*
ung *young*
fjörug *lively*
ball *dance*
á föstudaginn *next Friday*
leikkona *actress*
það er rétt *that is right*
kynnast *get to know*
hvað segir þú? *pardon, excuse me, what did you say?*
vertu blessuð *good bye*

Elsku mamma.
Það er allt gott að frétta af mér. Mér líst vel á fjölskylduna hennar Ingu. Pabbi hennar heitir Sverrir Guðnason. Hann vinnur í banka. Mamma hennar heitir Auður Björnsdóttir og hún er kennari. Inga á tvö systkini, einn bróður og eina systur. Þau eru öll mjög vingjarnleg og dugleg að kenna mér íslensku. Bið að heilsa öllum heima.
Þinn Marco.

Hvað gerir Sverrir? ______________________

Hvað gerir Auður? ______________________

Auður Hvenær átt þú afmæli?
Marco Í apríl. En þú?
Auður Í mars.
Marco Já.
Auður Hvað verður þú gamall í vor?
Marco Tuttugu og tveggja.
Auður Ætlar þú að vinna á Íslandi í sumar?
Marco Já, mig langar til þess.
Auður Þú getur kannski fengið vinnu hér.
Marco Já, hvar?
Auður Í fiski, kannski. Ég get kannski hjálpað þér.
Marco Frábært.

Hvenær á Marco afmæli? ______________________

Hvenær átt þú afmæli? ______________________

elsku *dear*
það er allt gott að frétta af mér *everything's fine with me*
mér líst vel á *I like*
fjölskylduna *the family*
vinnur *work*
banka *bank*
kennari *teacher*
systkini *brother(s) and sister(s)*
bróður *brother*
systur *sister*
öll *all*
vingjarnleg *friendly*
dugleg *good*
kenna *teach*
bið að heilsa öllum *say hello to everybody from me*
heima *at home*
þinn Marco *your Marco*
afmæli *birthday*
hvenær átt þú afmæli? *when is your birthday?*
apríl *April*
mars *March*
tuttugu og tveggja *22 (years old)*
á Íslandi *in Iceland*
mig langar til þess *I want that*
getur *can*
fengið *get*
vinnu *work*
í fiski *in a fish factory*
get *can*
hjálpað *help*
þér *you*

níundi 9 kafli

- Every Monday - **á mánudögum**
- Every summer - **á sumrin**
- Verbs: **vinna** work, **þurfa** need
- Plural of nouns, p. 108:

masc.	fem.	neut.
-ar	-ur	-u
-ar	-ir	-

- How many? **Hvað eru margir/margar/mörg?**

[57]

Guðni Mamma, hvar er skólataskan mín?
mamma Hún er inni í herberginu þínu, elskan.
Hvenær áttu að mæta?
Guðni Klukkan níu.
mamma Klukkan níu! Þú ert alltof seinn.
Klukkan er að verða hálf tíu.
Guðni Já, ég verð að drífa mig. Bless.
mamma Bless vinur, sjáumst klukkan fimm, er það ekki?
Guðni Jú, jú, ég kem heim klukkan fjögur.

Hvernig er veðrið?
How is the weather?

Það er vont veður.
Það er kalt.
Það er frost og snjór.

Það er hvasst.
Það er rigning.

Það er gott veður.
Það er hlýtt.
Það er sól.

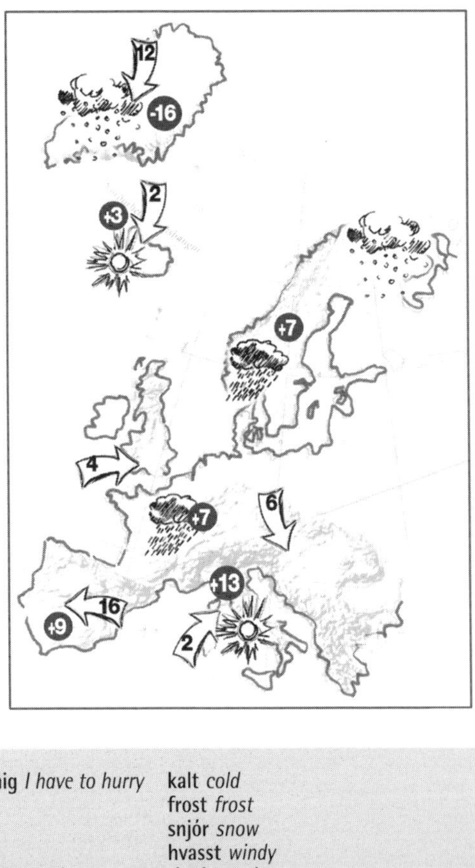

skólataskan *the school bag, the satchel*
herberginu *the room*
þínu *your*
hvenær áttu að mæta? *when are you supposed to be there?*
alltof *far too*
seinn *late*
ég verð að drífa mig *I have to hurry up*
vinur *my dear*
heim *home*
ég kem heim *I will come home*
veðrið *the weather*
vont *bad*
veður *weather*
kalt *cold*
frost *frost*
snjór *snow*
hvasst *windy*
rigning *rain*
gott *good*
hlýtt *warm*
sól *sun*

Hvernig er veðrið í Englandi?	*Það er gott veður í Englandi.*
Hvernig er veðrið á Ítalíu?	______________
Hvernig er veðrið á Grænlandi?	______________
Hvernig er veðrið í Frakklandi?	______________
Hvernig er veðrið á Spáni?	______________

Á mánudögum means on Mondays
Á vorin means every spring

á mánudögum *on Mondays*	**á þriðjudögum** *on Tuesdays*	**á miðvikudögum** *on Wednesdays*	**á fimmtudögum** *on Thursdays*
á föstudögum *on Fridays*	**á laugardögum** *on Saturdays*	**á sunnudögum** *on Sundays*	
á vorin *in the spring*	**á sumrin** *in the summer*	**á haustin** *in the autumn*	**á veturna** *in the winter*

Hæ. *20. október 2000*

Núna er ég búinn að vera á Íslandi í hálft ár. Það er skrítið að sjá hvað það er dimmt og kalt hérna á veturna. Og svo er alltaf rok. Að minnsta kosti í Reykjavík. En í sumar var bjart allan sólarhringinn. Ótrúlegt! Þá var veðrið líka allt öðruvísi, frekar hlýtt og oft rigning. Það er nóg að gera. Ég er alltaf í skólanum nema á föstudögum og auðvitað ekki um helgar. Ég hlakka til að heyra frá þér.

Kveðja, Marco.

á Grænlandi *in Greenland*
á Spáni *in Spain*
ég er búinn að vera *I have been*
hálft ár *half a year*
skrítið *strange, weird*
sjá *see*
hvað *how*
dimmt *dark*
rok *storm*
að minnsta kosti *at least*
bjart *bright*
allan sólarhringinn *24 hours, around the clock*
ótrúlegt *unbelievable*
þá *then*
líka *also*
allt öðruvísi *completely different*
oft *often*
það er nóg að gera *I am very busy*
í skólanum *in the school*
nema *except*
auðvitað *of course*
um helgar *at weekends*
hlakka til *look forward to*
heyra *hear*
frá *from*
kveðja *best wishes*

níundi 9 kafli

[60]

Vala Geturðu komið í heimsókn?
Inga Nei, því miður, ég er alltaf svo lengi í skólanum á fimmtudögum.
Vala En á laugardaginn?
Inga Já, já, ekkert mál.

Pay attention to the endings of the verb **vinna** (to work).

[61]

singular	1. p.	ég	vinn
	2. p.	þú	vinnur
	3. p.	hann hún það	vinnur

plural	1. p.	við	vinnum
	2. p.	þið	vinnið
	3. p.	þeir þær þau	vinna

Árni Hvað segir þú?
Auður Allt fínt, en þú?
Árni Jú, jú, allt þetta fína. Ég er að koma úr mat.
Auður Nú, ertu farinn að vinna allan daginn?
Árni Já, á miðvikudögum og fimmtudögum. Þá er svo mikið að gera. Ert þú alltaf að kenna?
Auður Já, já, ég er alltaf á sama stað. Eigum við ekki að hittast og borða saman í hádeginu einhvern daginn?
Árni Endilega, það væri gaman. Höfum samband.
Auður Gerum það.

The verb **þurfa** (need, have to) is often used together with the infinitive of the main verb. **Ég þarf að fara heim núna** (I have to go home now).

[62]

singular	1. p.	ég	þarf
	2. p.	þú	þarft
	3. p.	hann hún það	þarf

plural	1. p.	við	þurfum
	2. p.	þið	þurfið
	3. p.	þeir þær þau	þurfa

komið í heimsókn *come for a visit*
því miður *unfortunately*
á laugardaginn *next Saturday*
ekkert mál *no problem*
segir *say*
allt þetta fína *I am fine*
úr *from*
mat *lunch*
ertu farinn? *have you started?*
allan daginn *all day long*
þá er svo mikið að gera *then I am so busy*
kenna *teach*
eigum við ekki að hittast? *shouldn't we meet?*
í hádeginu *in the lunch break*
einhvern daginn *some day*
gerum það *let's do that*

Guðni Ertu að verða búin, ég þarf að komast á klósettið.
Inga Slappaðu af, ég er að mála mig.
Farðu á klóið niðri.
Guðni Nei, ég get það ekki. Ég þarf líka að bursta í mér tennurnar.

Marco Ég þarf að vinna með skólanum. Ég er að verða peningalaus.
Inga Ég er ekki hissa á því, þú ert búinn að kaupa svo margt. Hvernig vinnu viltu? Á kvöldin?
Marco Ég veit það ekki, sjáðu, hér er verið að auglýsa eftir kvikmyndaleikurum. Á ég að prófa það?
Inga Ertu klikkaður, þú þarft að vera orðinn tuttugu og fimm.
Marco En ég er nú svo fullorðinslegur. Nei annars, kannski er þetta ekkert sniðugt. Finnum eitthvað annað.
Inga En á leikskóla?
Marco Það er góð hugmynd. Og þó, þá þarf ég að vinna á daginn þegar ég á að vera í skólanum. Athugum frekar með vinnu á kaffihúsi niðri í bæ. Það er þá líka stutt að fara.
Inga Ókei.

The plural form of nouns is quite regular.

Viltu leika í kvikmynd?

Íslenska kvikmyndasamsteypan óskar eftir áhugaleikurum, helst karlmönnum á aldrinum 25-80 ára, til að leika í kvikmyndum. Áhugasamir sendi inn umsókn á auglýsingadeild Morgunblaðsins með mynd merkt: K-9346 fyrir föstudaginn 10. mars.

ertu að verða búin? *are you about to finish?*
komast *get*
klósettið *the toilet*
slappaðu af *relax*
mála mig *put on make up*
klóið *the toilet, the loo*
niðri *downstairs*
ég get það ekki *I can't*
ég er að verða *I am about to become*
peningalaus *broke, out of money*
hissa *surprised*
margt *many things*
á kvöldin *in the evening*
sjáðu *look here*
hér er verið að auglýsa *here is someone advertising*
auglýsa eftir *advertise for*
kvikmyndaleikurum *film actors*
prófa *try*
klikkaður *crazy*
að vera orðinn *to be*
fullorðinslegur *grown-up looking*
nei annars *no probably not*
þetta er ekkert sniðugt *this doesn't really work*
finnum *let's find*
annað *else*
leikskóla *kindergarten*
og þó *maybe not*
athugum *let's check*
kaffihúsi *café*
niðri í bæ *downtown*
stutt *short*
kvikmynd *film*
íslenska *the Icelandic*
kvikmyndasamsteypan *film company*
óskar eftir *looks for*
áhugaleikurum *amateur actors*
helst *preferably*
karlmönnum *men*
á aldrinum *age*
til að *to*
leika *act*
kvikmyndum *films*
áhugasamir *interested*
sendið inn *send in*
umsókn *application*
auglýsingadeild *advertising department*
Morgunblaðsins *the national daily*
merkt *signed, marked*

tíundi **10** kafli

- Verbs: **langa** want
  vanta need
  finnast find
  eiga have
- Family words: **bróðir** brother, **systir** sister, p. 140

sing.nom.	**bróðir**	systir
acc.	**bróður**	systur
plur.nom.	**bræður**	systur
acc.	**bræður**	systur

	masculine	feminine	neuter
singular	penni strákur	stelpa mynd	blóm barn
plural	pennar strákar	stelpur myndir	blóm börn

Hvað eru margir diskar á borðinu?
Það eru fjórir diskar á borðinu.

Hvað eru mörg borð í eldhúsinu?
Það er eitt borð í eldhúsinu.

Hvað eru margir bollar á borðinu? ______________________

Hvað eru margir hnífar á borðinu? ______________________

Hvað eru mörg pottablóm á ísskápnum? ______________________

Hvað eru margir pottar á gólfinu? ______________________

Hvað eru margar ruslafötur á gólfinu? ______________________

Hvað eru margir ísskápar í eldhúsinu? ______________________

Hvað er mörg glös á borðinu? ______________________

Hvað eru margar pönnur á gólfinu? ______________________

margir *many*
diskar *plates*
borðinu *the table*
mörg *many*
eldhúsinu *the kitchen*
bollar *cups*
hnífar *knives*
pottablóm *plants*
ísskápnum *the refrigerator*
pottar *pots*
gólfinu *the floor*
margar *many*
ruslafötur *waste baskets*
ísskápar *refrigerators*
glös *glasses*
pönnur *pans*

Guðni Hæ, er einhver heima?
pabbi Já, ég er inni í eldhúsi. Hvernig var í spilatíma?
Guðni Leiðinlegt.
pabbi Nú, finnst þér ekki gaman að spila?
Guðni Pabbi, mér finnst hundleiðinlegt að spila á píanó.
pabbi Hvaða, hvaða, þér finnst það stundum skemmtilegt, er það ekki?

Some verbs have their subjects in dative or accusative (impersonal verbs). They do not change their form through the conjugation. Some very common impersonal verbs are **finnast** (find), **langa** (want) and **vanta** (need).

singular	1. p.	mér	finnst	mig	langar	mig	vantar
	2. p.	þér	finnst	þig	langar	þig	vantar
	3. p.	honum		hann		hann	
		henni	finnst	hana	langar	hana	vantar
		því		það		það	

plural	1. p.	okkur	finnst	okkur	langar	okkur	vantar
	2. p.	ykkur	finnst	ykkur	langar	ykkur	vantar
	3. p.	þeim		þá		þá	
		þeim	finnst	þær	langar	þær	vantar
		þeim		þau		þau	

kona Gaukur á Stöng, góðan dag.
Marco Góðan dag, ég heiti Marco og ég ætlaði að athuga hvort ykkur vantar fólk í vinnu.
kona Bíddu, ég gef þér samband við barinn.
maður Halló, hver er það?
Marco Góðan dag, ég heiti Marco, mig langaði að athuga með vinnu.
maður Ertu vanur að vinna á bar?
Marco Nei, en ég er fljótur að læra.
maður Nú jæja, komdu í dag. Mig langar að hitta þig.
Marco Er um sexleytið í lagi?
maður Já, það er fínt, sjáumst þá.

einhver *somebody, someone*
eldhúsi *kitchen*
spila *play*
hundleiðinlegt *very boring, dead boring*
píanó *piano*
hvaða hvaða! *come on!*
Gaukur á Stöng *name of a bar in Reykjavík*
ætlaði *intended*
athuga *check*
hvort *if, whether*
vantar *need*
fólk *people*
bíddu *wait a minute*
gef samband *put you through to*
barinn *the bar*
halló *hello*
hver? *who?*
langaði *wanted*
vanur *used to*
bar *bar*
fljótur *fast*
jæja *well*
þig *you*
um sexleytið *around six*

tíundi 10 kafli

Þetta er Sverrir, maðurinn hennar Auðar.
Hann er fjörutíu og fimm ára.
Hann er fæddur árið nítján hundruð fimmtíu og
[67] fjögur og á afmæli í nóvember.
Sverrir er gjaldkeri og vinnur í banka.
Honum finnst mjög gaman að elda góðan mat
og svo finnst honum gott að fara í sund.

Hvenær er Sverrir fæddur? ______________________

Hvar vinnur hann? ______________________

Þetta er Auður, eiginkona Sverris.
Hún er fjörutíu og eins árs, fædd nítján hundruð
fimmtíu og níu.
Auður á afmæli í mars.
Hún er framhaldsskólakennari.
Henni finnst skemmtilegt að fara í leikhús og
hún les líka mikið, sérstaklega á sumrin.

Hvenær er Auður fædd? ______________________

Hvað gerir hún? ______________________

Þetta er Inga.
Hún er nítján ára.
Hún er fædd í janúar, nítján hundruð áttatíu og eitt.
Þegar Inga er búin í framhaldsskólanum, langar hana
að fara í háskólann og læra lögfræði.
Hún hlustar mikið á tónlist og svo finnst henni
mjög gaman að fara á kaffihús og tala við fólk.

Hvenær á Inga afmæli? ______________________

Hvað langar hana að gera? ______________________

maðurinn hennar Auðar *Auður's husband*
árið *the year*
nóvember *November*
gjaldkeri *cashier*
honum finnst gaman *he likes*
elda *cook*
góðan *good*
eiginkona *wife*
árs *year*
fædd *born*
framhaldsskólakennari *high school teacher*
henni *she*
les *reads*
janúar *January*
framhaldsskólanum *the high school*
hana *she*
háskólann *the university*
lögfræði *law*
hlustar á *listen to*
tónlist *music*
kaffihús *café*
fólk *people*

Þetta er Guðni.
Hann er tíu ára.
Hann er fæddur árið nítján hundruð áttatíu og níu og á afmæli í október.
Guðni er í grunnskóla.
Aðaláhugamál hans er fótbolti.
Hann langar að verða atvinnumaður í fótbolta þegar hann verður stór.

Hvað er Guðni gamall? ______________________________

Hvað langar hann að verða þegar hann verður stór? ______________________________

Þetta er Birna.
Hún er fimm ára.
Hún er fædd í september árið nítján hundruð níutíu og fjögur.
Birna er í leikskóla.
Henni finnst mjög gaman að horfa á sjónvarpið og svo fer hún oft á skíði á veturna.
Birnu langar að verða leikkona þegar hún verður stór.

Hvað er Birna gömul? ______________________________

Hvað finnst henni mjög gaman að gera? ______________________________

októbер *October*
grunnskóla *elementary school*
aðaláhugamál *main interest*
hans *his*
fótbolti *football*
atvinnumaður *professional*
fótbolta *football*
september *September*
leikskóla *kindergarten*
sjónvarpið *the television*
skíði *skiing*
á veturna *in the winter*
leikkona *actress*

The verb **eiga** assigns the accusative when it is used as a main verb. As a main verb, its meaning is to own or to have (property). The object can refer to all kinds of property as well as family members, birthdays etc.

[68]

singular	1. p.	ég	á
	2. p.	þú	átt
	3. p.	hann	
		hún	á
		það	

plural	1. p.	við	eigum
	2. p.	þið	eigið
	3. p.	þeir	
		þær	eiga
		þau	

singular	**nom.**	bróðir *brother*	systir *sister*
	acc.	bróður	systur
plural	**nom.**	bræður *brothers*	systur *sisters*
	acc.	bræður	systur

Ásdís Hvað átt þú mörg systkini?
Inga Tvö, en þú?
Ásdís Fimm.
Inga Fimm? Vá.
Ásdís Já, ég á tvo bræður og þrjár systur. Ég er yngst.
Inga Er ekki gaman að eiga svona mörg systkini?
Ég á bara einn bróður og eina systur.
Ásdís Mér finnst það nú stundum svolítið erfitt, en auðvitað þykir mér mjög vænt um þau öll.

Hvað á Inga mörg systkini? ______________________________

Hvað á Ásdís mörg systkini? ______________________________

Hvað átt þú mörg systkini? ______________________________

Hvenær átt þú afmæli? ______________________________

systkini *brother(s) and sister(s)*
tvo *two*
þrjár *three*
yngst *youngest*
svolítið *a bit, a little*
erfitt *difficult, hard*
auðvitað *of course*
mér þykir vænt um *I am fond of, I love*

mamma Mig langar að taka spólu í kvöld og kaupa fullt af nammi.
Guðni Mig líka, hvað með grínmynd?
mamma Má ég nú sjá, hér er skrifað um eina.
„Finnur þú ekki þann eina rétta á heimavistinni? Sprenghlægileg gamanmynd."
Nei takk, þetta líst mér ekkert á.
Hvað segirðu um **Einu sinni var.**
„Hér er ein fyrir þá rómantísku.
Falleg og hugljúf saga frá síðustu öld."
Guðni Nei takk, mér finnst leiðinlegt að horfa á svona menningarlegar myndir. Ég veit um spennumynd sem við getum öll horft á. Hlustiði: „Ótrúleg spenna frá upphafi til enda. Frábær spennutryllir fyrir alla."
Guðni og mamma Samþykkt, tökum hana.

Gangi þér vel *Good luck*

Góða skemmtun *Have a good time*

Hafðu það gott *Have a nice day/time*

Láttu þér batna *Get better, I hope you will recover soon*

Góða ferð *Have a nice trip*

Farðu varlega *Take care*

taka *rent*
spólu *video tape*
í kvöld *tonight*
fullt af *a lot of*
nammi *candy, sweets*
grínmynd *comedy*
skrifað *written*
finnur *find*
þann *the*
rétta *right*
heimavistinni *boarding school*
sprenghlægileg *very funny*
gamanmynd *comedy*
þetta líst mér ekki á *I don't like this*
einu sinni var *once upon a time*
þá rómantísku *the romantic ones*
falleg *nice, pretty, lovely*
hugljúf *sweet, sentimental*
saga *story*
síðustu *last*
öld *century*
menningarlegar *cultural*
myndir *films*
spennumynd *thriller*
sem *which*
getum *can*
horft á *look at*
hlustiði *listen*
ótrúleg *unbelievable*
spenna *excitement*
frá upphafi til enda *from the beginning to the end*
frábær *great*
spennutryllir *thriller*
fyrir alla *for everybody*
samþykkt *agreed, it is a deal*
tökum *let's take*

ellefti 11 kafli

- Definite article, plural, p. 112:

masc.	fem.	neut.
-nir	-nar	-in

- Prepositions of place, p. 133
- Declensions of nouns, *nom. acc. dat. gen.*, p. 137

[71]

afgreiðslustúlka	Hvað ætlar þú að fá?
Auður	Áttu epli?
afgreiðslustúlka	Já, rauð eða græn?
Auður	Rauð, takk. Hvað kostar kílóið?
afgreiðslustúlka	Hundrað áttatíu og tvær krónur.
Auður	Tvö kíló, takk.
afgreiðslustúlka	Það eru þrjú hundruð sextíu og fjórar krónur.

The definite article has different forms in the singular and the plural.

		masculine		feminine		neuter
singular	-(i)nn	penninn hesturinn	-(i)n	stelpan myndin	-(i)ð	barnið eplið
plural	-nir	pennarnir hestarnir	-nar	stelpurnar myndirnar	-(i)n	börnin eplin

Hvar eru diskarnir? *Þeir eru á borðinu.*

Hvar er ísskápurinn? *Hann er í eldhúsinu.*

______________________________? *Þeir eru á gólfinu.*

______________________________? *Þau eru á borðinu.*

afgreiðslustúlka *salesgirl*
hvað ætlar þú að fá? *may I help you?*
epli *apples*
rauð *red*
græn *green*
hvað kostar kílóið? *how much does it cost a kilo?*
kíló *kilo*
krónur *crowns*
diskarnir *the plates*
ísskápurinn *the refrigerator*

Prepositions of place assign accusative, dative or genitive.

í (in) /á (on) /undir *under* + *accusative or dative*
fyrir ofan *above* + *accusative*
fyrir neðan *below* + *accusative*
fyrir framan *in front of* + *accusative*
fyrir aftan *behind* + *accusative*
við hliðina á *beside* + *dative*
á milli *between* + *genitive*

The prepositions **í**, **á** and **undir** assign the dative or the accusative depending on the meaning. If the sentence involves motion they take accusative, if not, they take dative.

Rúmið er í svefnherberginu.
Svefnherbergið er fyrir ofan stofuna.
Gangurinn er fyrir neðan baðherbergið.
Þvottahúsið er við hliðina á geymslunni.
Gangurinn er á milli stofunnar og eldhússins.
Þvottahúsið er í kjallaranum.
Stofan er á fyrstu hæðinni.
Kjallarinn er fyrir neðan fyrstu hæðina.
Birna setur hjólið í geymsluna.
Anna er að fara í eldhúsið til pabba.

	masculine	
nom.	kjallari(nn)	gangur(inn)
acc.	kjallara(nn)	gang(inn)
dat.	kjallara(num)	gangi(num)
gen.	kjallara(ns)	gangs(ins)

	feminine	
nom.	stofa(n)	fyrsta hæð(in)
acc.	stofu(na)	fyrstu hæð(ina)
dat.	stofu(nni)	fyrstu hæð(inni)
gen.	stofu(nnar)	fyrstu hæðar(innar)

	neuter		
nom.	eldhús(ið)	baðherbergi(ð)	svefnherbergi(ð)
acc.	eldhús(ið)	baðherbergi(ð)	svefnherbergi(ð)
dat.	eldhúsi(nu)	baðherbergi(nu)	svefnherbergi(nu)
gen.	eldhúss(ins)	baðherbergis(ins)	svefnherbergis(ins)

rúmið *the bed*
svefnherbergið *the bedroom*
stofuna *the living room*
gangurinn *the corridor*
baðherbergið *the bathroom*
þvottahúsið *the laundry room*
geymslunni *the storage room*
stofunnar *the living room*
eldhússins *the kitchen*
kjallaranum *the basement*
fyrstu hæðinni *the ground floor*
setur *puts*

uppi

niðri

Hvar er mamma? *Hún er uppi í svefnherbergi.*

Hvar er pabbi? ______

Hvar er amma? ______

Hvar er Birna? ______

Hvar er Inga? ______

Hvar er hjólið? ______

Hvar er sjónvarpið? ______

Hvar er kommóðan? ______

uppi *upstairs*
inni *inside*
niðri *downstairs*
hjólið *the bicycle*
kommóðan *the chest of drawers*

72]

Hvaða herbergi eru á fyrstu hæðinni?	*Stofan, eldhúsið og gangurinn eru á fyrstu hæðinni.*
Hvaða herbergi eru á annarri hæðinni?	*Svefnherbergin og baðherbergið eru á annarri hæðinni.*
Hvaða herbergi eru í kjallaranum?	*Geymslan og þvottahúsið eru í kjallaranum.*

	masculine		feminine		neuter
nom.	sófi(nn)	stóll(inn)	motta(n)	mynd(in)	sjónvarp(ið)
acc.	sófa(nn)	stól(inn)	mottu(na)	mynd(ina)	sjónvarp(ið)
dat.	sófa(num)	stól(num)	mottu(nni)	mynd(inni)	sjónvarpi(nu)
gen.	sófa(ns)	stóls(ins)	mottu(nnar)	myndar(innar)	sjónvarps(ins)

Hvar er kisan? *Hún er undir borðinu.*

Hvar er myndin? ______________________

Hvar er lampinn? ______________________

Hvar er mottan? ______________________

______________________? *Það er í horninu.*

______________________? *Þau eru á borðinu.*

herbergi *rooms*
á annarri hæðinni *on the first floor*
kisan *the pussy*
sófi *sofa*
stóll *chair*
motta *mat*

ellefti 11 kafli

Hvar er fólkið?

í eldhúsinu *in the kitchen*
í barnaherberginu *in the nursery*
í borðstofunni *in the dining room*
í þvottahúsinu *in the laundry room*
í svefnherberginu *in the bedroom*
í forstofunni *in the hall*
í stofunni *in the living room*
í bílskúrnum *in the garage*
á baðherberginu *in the bathroom*

[73]

Sverrir	Gjörðu svo vel og gakktu í bæinn.
Vala	Takk, má ég hengja kápuna hérna?
Hvar eru þau?	*Þau eru í forstofunni.*
amma	Þessi föt eru hrein.
afi	Allt í lagi, ég set þau þá í þurrkarann.
Hvar eru þau?	____________________
Guðni	Ertu búin í baði?
Inga	Nei, ekki alveg, ég á eftir að skola á mér hárið.
Hvar eru þau?	____________________
karl	Stelpan er byrjuð að gráta aftur.
kona	Tökum hana úr vöggunni.
Hvar eru þau?	____________________
Sverrir	Það er allt í drasli hérna.
Auður	Ég veit, það er ekki pláss fyrir bílinn einu sinni.
Hvar eru þau?	____________________

gjörðu svo vel og gakktu í bæinn *please come in*
hengja *hang up*
kápuna *my coat*
föt *clothes*
hrein *clean*
allt í lagi *all right*
set *put*
þurrkarann *the dryer*
baði *bath*
ég á eftir að *I still have not*
skola *rinse*
hárið *my hair*
stelpan *the girl*
byrjuð *started*
gráta *cry*
vöggunni *the cradle*
það er allt í drasli *everything is in a mess*
pláss *space, room*
bílinn *the car*
ekki einu sinni *not even*

Guðni — Hvar er mjólkin?
mamma — Inni í ísskáp, auðvitað.

Hvar eru þau? ______________________

Sverrir — Viltu slökkva ljósið?
Auður — Allt í lagi, ég er líka að fara að sofa.

Hvar eru þau? ______________________

Marco — Réttu mér saltið.
Auður — Gjörðu svo vel. Finnst þér fiskurinn bragðlaus?

Hvar eru þau? ______________________

mamma — Kveiktu á sjónvarpinu, elskan. Fréttirnar eru að byrja.
Guðni — Mamma, ég er að æfa mig á píanóið.

Hvar eru þau? ______________________

Gulli — Góðan daginn.
Sverrir — Daginn.
Gulli — Hvað segirðu?
Sverrir — Allt fínt, hva, mikið ert þú glaður í dag!
Gulli — Já, og ekki að ástæðulausu.
Sverrir — Nú?
Gulli — Já, ég var að gifta mig í gær.
Sverrir — Hvað ertu að segja! Til hamingju! Það er aldeilis!

Til hamingju *Congratulations*
Til hamingju með afmælið *Happy Birthday*
Til hamingju með daginn *Congratulations*
Gleðileg jól *Merry Christmas*
Gleðilegt ár *Happy New Year*
Gleðilega páska *Happy Easter*
Gleðilega hátíð *Happy Holidays*
Gleðilegt sumar *a greeting used on the first day of summer*
Ég samhryggist þér *I'm so sorry, my condolences*

mjólkin *the milk*
slökkva *turn off*
ljósið *the light*
réttu mér *pass me*
gjörðu svo vel *here you are*
fiskurinn *the fish*
bragðlaus *tasteless*
kveiktu á *turn on*
sjónvarpinu *the television*
fréttirnar *the news*
eru að byrja *are about to begin*
æfa mig *practice*
píanóið *the piano*
daginn *good morning*
hva! *what!*
ekki að ástæðulausu *not without reason*
gifta *get married*
hvað ertu að segja! *really!*
til hamingju! *congratulations!*
það er aldeilis! *that's quite a piece of news, that's really something!*

tólfti 12 kafli

Perfective aspect - **vera búinn að** + infinitive
Progressive aspect - **vera að** + infinitive
Futuritive aspect - **vera að fara að** + infinitive
Adjectives, plural, p. 115

masc.	fem.	neut.
-ir	-ar	-

Why? **Af hverju?**

[76]

Róbert Halló, þetta er Róbert, er Inga heima?
pabbi Augnablik.
Inga Halló?
Róbert Hæ, hvað segirðu?
Inga Allt gott, en þú?
Róbert Jújújújú, kemurðu í bíó í kvöld?
Inga Nei, ég get það ekki, ekki í kvöld, ég er upptekin.
Róbert Nú, hvað . . .
Inga Ég er fara á kaffihús.
Róbert En annað kvöld?
Inga Já, klukkan hvað?
Róbert Tíu.
Inga Hvaða mynd?
Róbert Það er ný íslensk mynd sem heitir Vinur.
Inga Ég er búin að sjá hana.
Róbert Förum þá í Laugarásbíó, á hryllingsmyndina.
Inga Allt í lagi, hittumst fyrir utan korter í.
Róbert Ókei, sjáumst.
Inga Já, bless.

The verbal compound phrase **vera** + **búinn** + **að** + infinitive of the main verb is used to describe an event which is just over. **Búinn** is used here as an adjective.

	masculine	feminine	neuter
singular	hann er búinn að baka	hún er búin að þvo upp	það er búið að borða
plural	þeir eru búnir að lesa	þær eru búnar að skrifa	þau eru búin að læra

This phrase is used especially with action verbs. It is seldom used with verbs which express something that happens instantaneously like **sofna** (fall asleep), **vakna** (wake up) and **detta** (fall) or verbs that express some condition or state like **sofa** (sleep), **standa** (stand), **sitja** (sit) and **liggja** (lie).

augnablik *one moment*
kemurðu? *will you come?*
bíó *cinema*
upptekin *busy*
annað kvöld *tomorrow evening*
klukkan hvað? *at what time?*
ný *new*
hryllingsmyndina *the horror film*
hittumst *let's meet*
fyrir utan *outside*

It happens, however, once in a while that these verbs are used with this phrase but then there has to be a part of the sentence which indicates the time. **Ég er búinn að sofa í allan dag** (I have been sleeping all day), **hann er búinn að sitja hér lengi** (he has been sitting here for a long time).

Sverrir Sæll vertu, má ég kynna Auði, konuna mína. Auður, þetta er Jens.
Jens Góðan daginn, gaman að kynnast þér.
Auður Sömuleiðis, Sverrir hefur talað mikið um þig. Þú ert frá Danmörku, er það ekki?
Jens Jú, jú, það er rétt, ég er danskur.
Auður Og hvað ertu að gera á Íslandi?
Jens Ég er nú að kenna dönsku í Kennaraháskólanum.
Auður Nú, ertu búinn að vera lengi?
Jens Síðan í haust.
Auður Já, já, og hvernig gengur Íslendingum að tala dönsku?
Jens Bara vel, finnst mér. Þeir eru áhugasamir og duglegir nemendur.

Hvað er Jens búinn að vera lengi á Íslandi? ____________________

Hvar er Jens að kenna? ____________________

Hvernig gengur Íslendingum að tala dönsku? ____________________

Pay attention to the verbal phrases and their meaning.

Hann er að fara að borða

Hann er að borða

Hann er búinn að borða

sæll vertu *hi*
má ég kynna *may I introduce*
konuna mína *my wife*
hefur *has*
talað *talked*
danskur *Danish*
Kennaraháskólanum *Teacher's Training College*
síðan *since*
hvernig gengur? *how is it going?*
Íslendingum *Icelanders*
duglegir *hard working, good*
nemendur *students*

tólfti 12 kafli

[78]

mamma Ertu búinn að læra heima, Guðni minn?
Guðni Nei, ég ætla að horfa á fótboltann í sjónvarpinu fyrst.
mamma Ertu búinn að æfa þig?
Guðni Já, ég er búinn, gerði það í morgun.
mamma Gott, elskan.

Er Guðni búinn að læra heima? *Nei, hann er ekki búinn að læra heima.*

Er hann búinn að æfa sig? ______________________________

Er hann búinn að horfa á fótboltann? ______________________________

Auður Eru fréttirnar byrjaðar?
Sverrir Nei, þær eru alveg að fara að byrja.
Auður Viltu kveikja á sjónvarpinu?

Eru fréttirnar búnar? ______________________________

Er pabbi búinn að kveikja á sjónvarpinu? ______________________________

mamma Birna mín, ertu búin í baði?
Birna Já, ég er búin.
mamma Gott vinan, komdu, ég ætla að þurrka þér.
Birna Ég ætla að bursta tennurnar sjálf.
mamma Já, þú ert svo dugleg.

Er Birna búin í baði? *Já, hún er búin í baði.*

Er mamma búin að þurrka Birnu? ______________________________

Er Birna búin að bursta tennurnar? ______________________________

mamma Guðni, ætlarðu ekki að fara í sturtu?
Guðni Ég er nýbúinn í baði.
mamma En hárið á þér er alveg þurrt.
Guðni Já, ég var í baði. Ég þvoði ekki á mér hárið.

Er Guðni búinn í baði? ______________________________

fótboltann *the football match*
fyrst *first*
æfa sig (á píanóið) *practise*
gerði *did*
í morgun *this morning*
byrjaðar *started*
kveikja á *turn on*
baði *bath*
vinan *my dear*
komdu *come here*
þurrka *dry*
bursta tennurnar *brush my teeth*
sjálf *on my own*
ætlarðu *do you intend*
fara í sturtu *have a shower*
ég er nýbúinn í baði *I just got out of the bath*
hárið á þér *your hair*
þurrt *dry*
þvoði *washed*
á mér hárið *my hair*

The plural forms of regular adjectives.

	masculine	feminine	neuter
singular	ungur	ung	ungt
plural	ungir	ungar	ung

Pay attention to the irregular forms of common adjectives like **gamall – gamlir** (old), **lítill – litlir** (small).

Af hverju er hann svona blautur?
Af því að hann er í baði.

Af hverju eru þeir svona saddir?
Af því að þeir eru búnir að borða.

Af hverju eru þau svona glöð?
Af því að veðrið er svo gott.

Af hverju er hann svona fullur?
Af því að hann er búinn að drekka svo mikið.

Af hverju er hún svona syfjuð?
Af því að hún er nývöknuð.

Af hverju eru þær svona þreyttar?
Af því að klukkan er orðin ellefu.

Af hverju eru þær svona leiðar?
Af því að það er rigning úti.

af hverju? *why?*
blautur *wet*
af því að *because*
syfjuð *sleepy*
nývöknuð *just woke up*
saddir *full*
þreyttar *tired*
orðin *has become*
glöð *happy*
veðrið *the weather*
leiðar *sad*
rigning *rain*
fullur *drunk*
drekka *drink*

þrettándi 13 kafli

Where to? **Hvert?**
Where? **Hvar?**
Where from? **Hvaðan?**

	Marco	Hvert ætlar þú að fara um páskana?
	Auður	Til Bretlands.
[80]	Marco	Hvern ætlarðu að heimsækja?
	Auður	Siggu systur mína.
	Marco	Býr hún þar?
	Auður	Já, hún er búin að búa þar í tíu ár.
	Marco	Er hún gift?
	Auður	Já, maðurinn hennar er breskur.

Hvar býr Sigga? ______________________________

Hvað er hún búin að búa þar lengi? ______________________________

Hvers lenskur er maðurinn hennar? ______________________________

	pabbi	Hvað segið þið? Eigum við að skella okkur í sund? Bara núna strax?
[81]	Guðni	Oj, ég nenni ekki, það er svo ógeðslega kalt.
	Birna	Mig langar að fara.
	pabbi	Förum í innilaug, upp í Árbæ til dæmis.
	Guðni	Kaupum við ís á leiðinni heim?
	pabbi	Kannski, hver veit?
	Guðni	Ókei, þá kem ég með.

Hvert ætla þau að fara? ______________________________

Ætla þau að kaupa ís á leiðinni heim? ______________________________

um páskana *at Easter*
Bretlands *Britain*
hvern? *whom?*
mína *my*
búa *live*
þar *there*
gift *married*
breskur *British*
segið *say*
skella okkur *hurry!*
oj! *ugh!*
ógeðslega *terribly*
innilaug *indoor swimming pool*
til dæmis *for example*
kaupum við? *do we buy?*
ís *icecream*
á leiðinni *on the way*
hver veit? *who knows?*

---> *	*	* -->
hvert? *where to?*	**hvar?** *where?*	**hvaðan?** *where from?*
til *to + gen.*	**á / í** *on / in + dat.*	**frá** *from + dat.*
Hvert ert þú að fara?	Hvar býrðu?	Hvaðan ertu?
Ég er að fara til Íslands.	*Ég bý á Íslandi.*	*Ég er frá Skotlandi.*

	neut. sing.	neut. plur.	fem. ing.	fem. plur.
	Ísland	Bandaríkin	Danmörk	Færeyjar
um	Ísland	Bandaríkin	Danmörku	Færeyjar
frá/á/í	Íslandi	Bandaríkjunum	Danmörku	Færeyjum
til	Íslands	Bandaríkjanna	Danmerkur	Færeyja

	fem. sing.	neut. sing.	masc. sing.	fem. sing.
	Ítalía	Kína	Noregur	Svíþjóð
um	Ítalíu	Kína	Noreg	Svíþjóð
frá/á/í	Ítalíu	Kína	Noregi	Svíþjóð
til	Ítalíu	Kína	Noregs	Svíþjóðar

John er frá Bretlandi. Hann er 27 ára. Hann er búinn að búa á Íslandi í tvö ár. Hann er giftur íslenskri konu sem heitir Lára. Þau ætla að flytja til Bandaríkjanna í vor af því að Lára er að fara í framhaldsnám. John talar bæði íslensku og ensku.

Hvað er John gamall? ______________________

Hvar býr John? ______________________

Hvert ætlar John að flytja í vor? ______________________

Hvaðan er konan hans? ______________________

Hvað heitir hún? ______________________

Hvaða mál talar hann? ______________________

Bandaríkin *the United States*
Danmörk *Denmark*
Færeyjar *the Faroe Islands*
Ítalía *Italy*
Kína *China*
Noregur *Norway*
Svíþjóð *Sweden*
Bretlandi *Britain*
giftur *married*
íslenskri *Icelandic*
konu *woman*
Bandaríkjanna *the United States*
framhaldsnám *graduate studies*
bæði ... og *both ... and*

þrettándi 13 kafli

[82] Tuomas er tvítugur strákur frá Finnlandi. Hann býr núna í Frakklandi og er að læra frönsku og bókmenntir. Hann hefur mikinn áhuga á íþróttum og er mjög góður skíðamaður. Honum finnst líka mjög gaman að læra tungumál og hann talar reiprennandi ensku, sænsku og frönsku.

Hvaðan er Tuomas?______________________________

______________________________? *Hann býr núna í Frakklandi.*

Hvað finnst honum gaman að læra?______________________________

Lilja er hress og skemmtileg stelpa frá Grænlandi. Pabbi hennar er danskur og býr í Danmörku. Þess vegna fer Lilja oft til Danmerkur að heimsækja hann. Hún er ákveðin í að verða læknir og vinna víða um heim í framtíðinni. Lilja á kærasta á Grænlandi. Þau eru búin að vera lengi saman. Kærastinn hennar er í tónlist.

______________________________? *Af því að pabbi hennar býr í Danmörku.*

Hvað er Lilja ákveðin í að verða?______________________________

Hvað gerir kærastinn hennar?______________________________

tvítugur *twenty years old*
Finnlandi *Finland*
bókmenntir *literature*
mikinn *much*
áhuga *interest*
íþróttum *sports*
góður *good*
skíðamaður *skier*
tungumál *language*
reiprennandi *fluently*
sænsku *Swedish (language)*
Grænlandi *Greenland*
þess vegna *that is why*
Danmerkur *Denmark*
ákveðin *determined*
víða um heim *all around the world*
í framtíðinni *in the future*
kærasta *boyfriend*
vera saman *been together, been a couple, been going out together*
kærastinn *the boyfriend*
tónlist *music*
hann er í tónlist *he is a musician*

Vigdís er frá Noregi. Hún er 45 ára og er framkvæmdastjóri á stórri auglýsingastofu. Hún er nýskilin og býr ein í þriggja herbergja íbúð í Osló. Hún er sjaldan heima af því að það er mikið að gera í vinnunni og svo er hún líka í kór og fer í líkamsrækt þrisvar í viku. Á haustin tekur hún sér alltaf gott frí og fer með gömlum skólafélögum í sumarbústað í Norður-Noregi. Þar njóta þau kyrrðarinnar og náttúrunnar í hálfan mánuð langt frá ys og þys stórborgarinnar.

Hvaðan er Vigdís? ____________________

____________________? *Hún býr í Osló.*

Hvað fer hún oft í líkamsrækt? ____________________

Hvenær fer Vigdís alltaf í frí? ____________________

Með hverjum fer Vigdís í sumarbústað? ____________________

Noregi *Norway*
framkvæmdastjóri *manager*
stórri *big*
auglýsingastofu *advertising agency*
nýskilin *recently divorced*
þriggja herbergja íbúð *flat with two bedrooms*
sjaldan *seldom*
í vinnunni *at work*
kór *choir*
líkamsrækt *gym*
þrisvar í viku *three times a week*
á haustin *in the autumn*
hún tekur sér *she takes*
frí *holiday*
gömlum *old*
skólafélögum *schoolmates*
sumarbústað *summer house*
Norður-Noregi *the north of Norway*
njóta *enjoy*
kyrrðarinnar *silence*
náttúrunnar *nature*
í hálfan mánuð *for two weeks*
langt frá *far away from*
ys og þys stórborgarinnar *urban bustle*

fjórtándi 14 kafli

- Adjectives, strong declension, p. 143: weak declension:
- Verbs: put on - **fara í**
  wear - **vera í**
  take off - **fara úr**

masc.	fem.	neut.
nom.	nom.	nom.
acc.	acc.	acc.
dat.	dat.	dat.
gen.	gen.	gen.

[83]

Auður Oh, ég trúi þessu ekki – er klukkan virkilega orðin 7? Mér finnst ég vera nýsofnuð.
Sverrir Lúrðu aðeins lengur, ég skal vekja krakkana.
Auður Nennirðu að hita kaffi í leiðinni?
Sverrir Já, elskan. Ég kalla á þig þegar kaffið er tilbúið.

fara í + accusative
Hann fer í peysuna

vera í + dative
Hann er í peysunni

fara úr + dative
Hann fer úr peysunni

When nouns are definite, and take the definite article, the adjectives in front of them have a weak declension. The forms of the adjectives are the same as weak nouns such as **penni, stelpa** and **auga.**

	masculine	feminine	neuter
nom.	dökki jakkinn	bláa peysan	rauða pilsið
acc.	dökka jakkann	bláu peysuna	rauða pilsið
dat.	dökka jakkanum	bláu peysunni	rauða pilsinu
gen.	dökka jakkans	bláu peysunnar	rauða pilsins

[84]

mamma Birna mín, komdu nú, ég ætla að klæða þig.
Birna Ég ætla að klæða mig sjálf.
mamma Já, elskan mín. Þú ert svo dugleg. Farðu í ljósa pilsið og röndóttu þykku peysuna.
Birna Ég vil frekar fara í kjól.
mamma Farðu heldur í pilsið og peysuna, það er hálfkalt úti.

trúi *believe*
þessu *this*
virkilega *really*
nýsofnuð *just fallen asleep*
lúrðu *sleep*
aðeins *just*
lengur *longer*
vekja *wake up*
krakkana *the kids*
nennirðu? *do you mind?*
hita kaffi *make coffee*
í leiðinni *at the same time*
kalla *call*
kaffið *the coffee*
tilbúið *ready*
dökki *dark*
bláa *blue*
jakkinn *the jacket*
peysuna *the pullover, sweater*
rauða *red*
pilsið *the skirt*
ljósa *light*
röndóttu *striped*
þykku *thick*
vil *want to*
kjól *dress*
heldur *rather*
hálfkalt *rather cold*

Ætlar Birna að fara í buxur?	*Nei, hún ætlar að fara í pils og peysu.*
Ætlar Guðni að fara í pils?	*Nei, hann ætlar að fara í buxur.*
Er Inga í pilsi?	*Nei, hún er í kjól.*
Er Guðni í jakka?	*Nei, hann er í úlpu.*
Er Guðni í buxum?	*Já, hann er í buxum.*

Inga	Hvað heitir hann, strákurinn sem stendur þarna í horninu?
Vala	Þessi í bláu buxunum og gulu skyrtunni?
Inga	Nei, þessi dökkhærði í rauðu peysunni.
Vala	Já hann. Þetta er Óli, bróðir hennar Maríu.
Inga	Er það? Þau eru ekkert lík.

Inga	Í hverju á ég að fara í kvöld?
Marco	Þú ræður því.
Inga	Já, ég veit það, en mig langar ekki að vera í gallabuxum og peysu.
Marco	Farðu þá í kjól.
Inga	Ég á bara tvo kjóla, svartan og rauðan. Þeir eru ekkert sérstaklega sumarlegir.
Marco	En vinkonur þínar? Geta þær ekki lánað þér eitthvað til að vera í?
Inga	Jú, en þær hafa ekki sama smekk og ég. Ég er meira hrifin af svolítið glaðlegum litum en þær eru meira í svörtum og gráum fötum.
Marco	Ég skal lána þér bláu skyrtuna mína!
Inga	Góði láttu ekki svona.

buxur *trousers*
pils *skirt*
peysu *pullover, sweater*
úlpu *winter jacket, parka*
strákurinn *the boy*
stendur *stands*
í horninu *in the corner*
gulu *yellow*
skyrtunni *the shirt*
dökkhærði *the dark-haired one*
rauðu *red*
lík *alike*
í hverju á ég að fara? *what should I wear?*
þú ræður því *it is up to you*
gallabuxum *jeans*
kjól *dress*
svartan *black*
rauðan *red*
sumarlegir *summery, bright*
vinkonur *friends*
þínar *your*
geta *can*
lánað *lend*
vera í *wear*
smekk *taste*
sama ... og *same ... as*
ég er hrifin af *I'm keen on*
meira *more*
glaðlegum *cheerful*
litum *colours*
svörtum *black*
gráum *grey*
fötum *clothes*
lána *lend*
skyrtuna *the shirt*
góði láttu ekki svona! *come on!, don't be silly!*

fjórtándi 14 kafli

Pay attention to the meaning and use of the these three verbs, **eiga**, **hafa** and **vera með**. In English they all mean to have.

eiga	**hafa**	**vera með**
pabba og mömmu	tíma til	blá augu
vini	hugmynd um	sítt hár
hús	áhuga á	trefil og vettlinga

[88]

Inga Heyrðu, nú er Lára bara komin með kærasta.
Vala Hvað ertu að segja? Hver er það?
Inga Gunnar, manstu eftir honum?
Vala Hvernig lítur hann út?
Inga Hann er með ljóst hár og blá augu. Alltaf voða hress og kátur.
Vala Bíddu, er hann með sítt hár?
Inga Nei, frekar stutt. Hann er oft í bláum gallabuxum og svörtum leðurjakka.
Vala Já, nú man ég eftir honum. Mjög myndarlegur strákur.

Hvernig lítur Gunnar út? ____________________

Hvernig er hann oft klæddur? ____________________

[89]

Guðni Hvar eru vettlingarnir mínir?
mamma Ég hef ekki hugmynd um það. Vertu með mína.
Guðni Nei, ég hef ekki tíma til að leita að þeim. Bless.
mamma Bless, elskan.

vini *friends*
hafa tíma til *have time to*
hafa hugmynd um *have idea*
hafa áhuga á *be interested in*
blá *blue*
augu *eyes*
sítt *long*
trefil *scarf*
vettlinga *mittens*
Lára er komin með kærasta *Lára has got a new boyfriend*
manstu eftir honum? *do you remember him?*
hvernig lítur hann út? *what does he look like?*
ljóst hár *blond*
hár *hair*
voða *very*
kátur *cheerful*
bláum *blue*
leðurjakka *leather jacket*
man *remember*
klæddur *dressed*
leita að *look for*

Marco Ég er að hugsa um að leigja mér litla íbúð, eða bara stórt herbergi.
Inga Kíkjum á auglýsingarnar í blaðinu. Hlustaðu, hér er ein góð.

> *Miðbær – Grjótaþorp.*
> *Til leigu rúmgott herbergi*
> *með sameiginlegu eldhúsi,*
> *baðherbergi og þvottavél á*
> *góðum stað í bænum.*
> *Upplýsingar í síma 844 3718.*

Marco Þetta passar alveg. Bara rétt hjá. Alveg í miðbænum. Stutt að fara allt. Og ég þarf ekki að koma með þvottinn til þín.
Inga Frábært!

Adjectives preceding a noun have to agree in inflection with the noun. Notice that when the noun is indefinite the declension of the adjective is strong.

	masculine	feminine	neuter	
nom.	góður staður	lítil íbúð	stórt herbergi	sameiginlegt baðherbergi
acc.	góðan stað	litla íbúð	stórt herbergi	sameiginlegt baðherbergi
dat.	góðum stað	lítilli íbúð	stóru herbergi	sameiginlegu baðherbergi
gen.	góðs staðar	lítillar íbúðar	stórs herbergis	sameiginlegs baðherbergis

Marco Góðan daginn, ég heiti Marco. Er þetta . . .
kona Já, ertu að hringja út af auglýsingunni?
Marco Já, ertu kannski búin að leigja herbergið?
kona Nei, nei, ekki enn. Hefurðu áhuga?
Marco Já, staðurinn hentar mér svo vel af því ég á ekki bíl.
kona Hvar býrðu núna?

hugsa um *think about*
leigja *rent*
litla *small*
íbúð *flat*
stórt *big*
herbergi *room*
kíkjum *let's look at*
auglýsingarnar *the advertisment*
blaðinu *the paper*
hlustaðu *listen*
miðbær *town-centre*
til leigu *for rent*
rúmgott *spacious*
sameiginlegu *shared*
baðherbergi *bathroom*
þvottavél *washing machine*
góðum *good*
bænum *town*
upplýsingar *information*
í síma *call*
þetta passar alveg *this will do very well*
rétt hjá *nearby*
í miðbænum *downtown*
þvottinn *the laundry*
góður *good*
staður *place*
lítil *little, small*
sameiginlegt *shared*
út af *because of*
auglýsingunni *the advertisment*
ekki enn *not yet*
hefurðu? *do you have?*
áhuga *interest*
staðurinn *the place*
hentar mér *suits me*
bíl *car*

Marco Á Vesturgötu, heima hjá vinkonu minni og fjölskyldu hennar.
kona Komdu í dag og skoðaðu herbergið. Þá getum við talað betur saman.
Marco Fínt, hvenær? Um fimmleytið, er það í lagi?
kona Já, mín vegna, sjáumst þá.
Marco Heyrðu, fyrirgefðu, hvar er þetta nákvæmlega?
kona Á Bröttugötu 18. Veistu hvar það er?
Marco Nei, ég hef ekki hugmynd um það.
kona Þetta er alveg við Vesturgötu.
Marco Já já, einmitt. Ég bjarga mér.

Notice the usage of these street names. With street names that end in **-gata, -vegur** and **-stígur** you use the preposition **á**, but **í** with other street names. **Hann býr á Vesturgötu** (he lives on Vesturgata). **Hún býr í Aðalstræti** (she lives on Aðalstræti). **Þau búa á Brekkustíg** (they live on Brekkustígur).

	feminine	neuter	masculine	
nom.	Hringbraut	Mjóstræti	Laugavegur	Brekkustígur
acc.	Hringbraut	Mjóstræti	Laugaveg	Brekkustíg
dat.	Hringbraut	Mjóstræti	Laugavegi	Brekkustíg
gen.	Hringbrautar	Mjóstrætis	Laugavegar	Brekkustígs

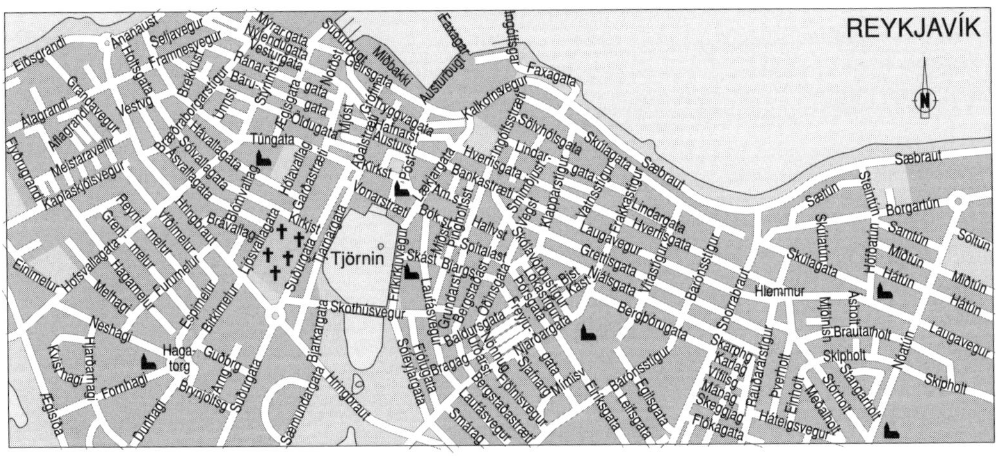

vinkonu *friend*
fjölskyldu *family*
skoðaðu *look at*
betur *better*
um fimmleytið *around five*
mín vegna *that is all right for me*
nákvæmlega *exactly*
veistu? *do you know?*
alveg við *very close to*
bjarga *manage*
braut *street*
stígur *path*

Úr símaskránni:

Guðný Jónsdóttir húsmóðir Drafnarstíg 3 .... 552 1745
Jón Halldórsson skipstjóri Langholtsvegi 52 .... 568 3198
Kristján Friðriksson vélvirki Krummahólum 8 .... 557 1605
Linda Snorradóttir verkfræðingur Hjallalandi 18 .... 558 3198
Olga Stefánsdóttir hjúkrunarfræðingur Hringbraut 147 . 551 6474
Punktur og komma ritfangaverslun Laugavegi 65 ...... 585 8885
- Fax 585 8884
Svandís Hallgrímsdóttir nemi Njálsgötu 4 .... 581 2955
- Farsími 853 9889
- Netfang .... svaha@hi.is
Þóranna Guðmundsdóttir læknir Hábæ 20 .... 588 2549
- Boðtæki 842 2161

Hvar býr Jón Halldórsson?	*Hann býr á Langholtsvegi 52.*
Hvað er síminn hjá honum?	*Síminn hjá honum er 568 3198.*
Hvað gerir Svandís?	*Hún er nemi.*
Hvað er netfangið hjá Svandísi?	______________________
Hvað er farsíminn hjá henni?	*Farsíminn er 853 9889.*
Hvar býr Linda?	______________________
Hvað er síminn hjá henni?	______________________
Hvað gerir hún?	______________________

símaskránni *the telephone book*
húsmóðir *housewife*
skipstjóri *captain*
vélvirki *mechanic*
verkfræðingur *engineer*
hjúkrunarfræðingur *nurse*
punktur *full-stop*
komma *comma*
ritfangaverslun *book shop*
fax *fax*
nemi *student*
farsími *mobile telephone*
netfang *e-mail adress*
boðtæki *beeper*

Auður	Hvað ætlar þú að gera í sumarfríinu?
Sigríður	Fara út. Í sól og hita.
[92] Auður	Já, til Spánar eða . . .?
Sigríður	Já, kannski. Mig langar bara að liggja í leti og láta sólina baka mig. En þið, ætlið þið að fara til útlanda í sumar?
Auður	Nei, ég held ekki. Við förum frekar í ferðalag hér innanlands. Við fórum út í fyrra, til Frakklands. Við erum að hugsa um að fara vestur á Snæfellsnes.
Sigríður	Já, það er nú yndislegt að vera þar og margt hægt að skoða.
Auður	Sjáðu, ég er með bækling um Snæfellsnes.

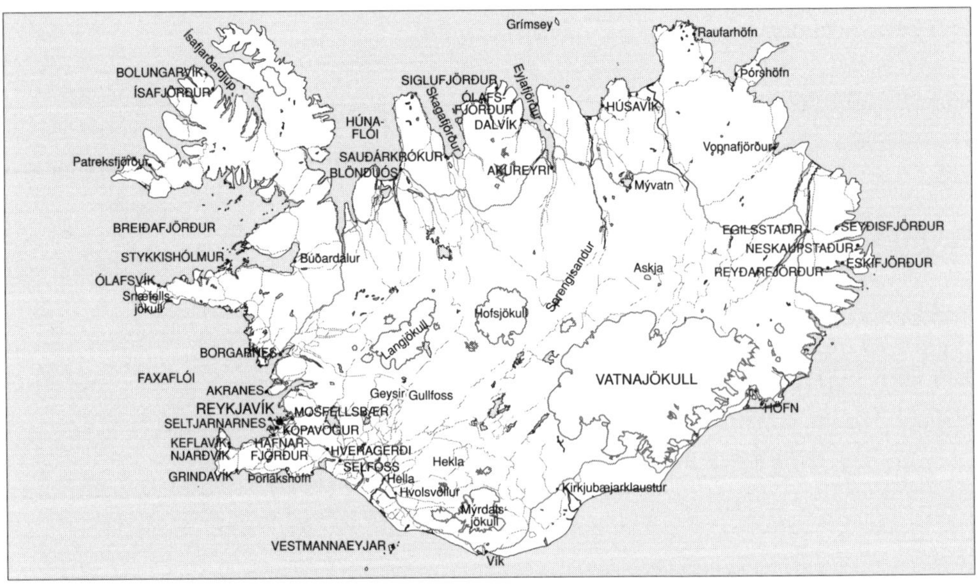

í sumarfríinu *in the summer holiday*
fara út *go abroad*
sól *sun*
Spánar *Spain*
liggja *lay*
leti *laziness*
láta *let*
sólina *the sun*
baka *bake*
ætlið *intend*
þið *you*
fara til útlanda *go abroad*
held *think*
förum *go*
innanlands *inland*
fórum *went*
í fyrra *last year*
Frakklands *France*
erum *are*
vestur *west*
yndislegt *wonderful*
margt hægt að skoða *so much to see*
sjáðu *look*
bækling *brochure*

Stórkostleg strandlengja
Fjölbreytt fuglabjörg

Bátsferðir
Hestaferðir
Jöklaferðir
Gönguferðir

Hvalaskoðun
Útsýnisferðir
Golf

Sjóstangaveiði
Veiði
Sundlaugar
Reiðhjólaleigur

• Gisting • tjaldstæði • hótel •
• Góðir veitingastaðir •

Sigríður Hestaferðir, það er nú eitthvað fyrir þig. Þú ert svo mikið fyrir hesta.
Auður Já, ég ætla sko alveg ábyggilega að fara á hestbak. Sverrir hefur engan áhuga á hestum, hann vill örugglega frekar fara að veiða eða fara í siglingu um Breiðafjörð.
Sigríður Svo er hægt að fara á skíði á Snæfellsjökli.
Auður Þá verður nú Birna glöð. Henni finnst svo gaman á skíðum og hún er orðin ansi góð.
Sigríður Þetta verður alveg frábært hjá ykkur. Ég vona bara að þið verðið heppin með veður.

stórkostleg *great*
strandlengja *coastline*
fjölbreytt fuglabjörg *cliffs alive with birds*
bátsferðir *boat trips*
útsýnisferðir *sight-seeing tours*
jöklaferðir *glacier trips*
gönguferðir *walks*
hestaferðir *horse-riding tours*
veiði *fishing*
sjóstangaveiði *sea-fishing*
golf *golf*
sundlaugar *swimming pools*
reiðhjólaleigur *rent-a-bike*
hvalaskoðun *whale watching*
gisting *accomodation*
tjaldstæði *camp-sites*
hótel *hotel*
góðir *good, fine*
veitingastaðir *restaurants*
ég ætla sko *I will definitely*
alveg ábyggilega *for sure, certainly*
fara á hestbak *mount a horse, go horseback riding*
engan *no*
hestum *horses*
vill *want*
örugglega *certainly, definitely*
veiða *fish*
fara í siglingu *go sailing*
skíði *ski*
ansi *pretty*
ég vona bara að þið verðið heppin með veður *I just hope you'll be lucky with the weather*

fimmtándi 15 kafli

> **Einkamál**
>
> **Ferðafélagi óskast.** Ertu skemmtilegur, traustur, heiðarlegur og úrræðagóður? Ég ætla að keyra hringinn í júlí. Viltu koma með og deila ferðakostnaðinum? Legg af stað 2. júlí klukkan 10:00 frá Reykjavík og kem til baka 12. júlí. Keyri fyrst austur og enda fyrir vestan. Sendu mér tölvupóst á netfangið *maja@hotmail.com* fyrir 15. júní.

[93]

Marco	Inga, má ég aðeins fara í tölvuna þína?
Inga	Ætlarðu þá á Netið?
Marco	Já, ég þarf að senda tölvupóst.
Inga	Ekkert mál, þú getur farið bara strax, það er kveikt á henni. Ég var í tölvunni.
Marco	Takk.

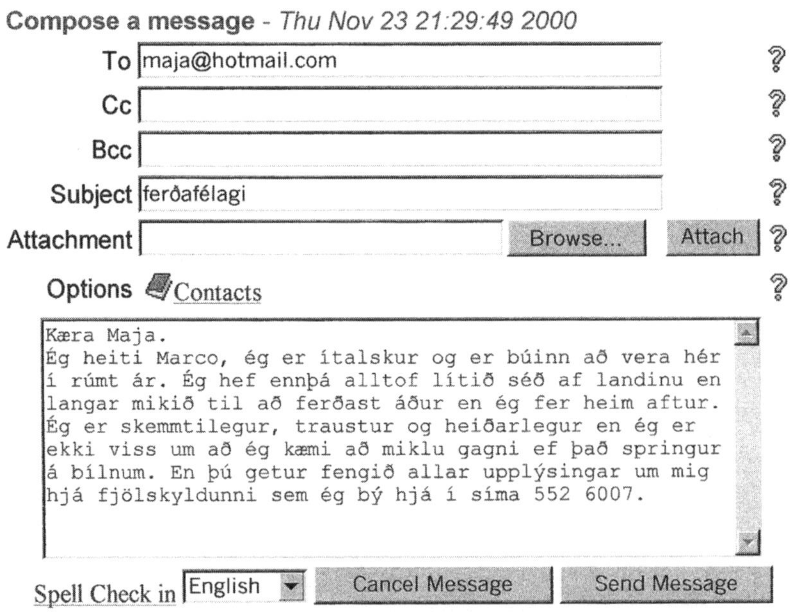

Compose a message - Thu Nov 23 21:29:49 2000
To maja@hotmail.com
Cc
Bcc
Subject ferðafélagi
Attachment
Browse...
Attach
Options Contacts
Kæra Maja.
Ég heiti Marco, ég er ítalskur og er búinn að vera hér í rúmt ár. Ég hef ennþá alltof lítið séð af landinu en langar mikið til að ferðast áður en ég fer heim aftur. Ég er skemmtilegur, traustur og heiðarlegur en ég er ekki viss um að ég kæmi að miklu gagni ef það springur á bílnum. En þú getur fengið allar upplýsingar um mig hjá fjölskyldunni sem ég bý hjá í síma 552 6007.
Spell Check in English
Cancel Message
Send Message

einkamál *private issues*
ferðafélagi *travel companion*
óskast *wanted*
traustur *reliable*
heiðarlegur *honest*
úrræðagóður *inventive*
keyra hringinn *drive the highway around Iceland*
viltu koma með? *will you join me?*
deila *share*
ferðakostnaðinum *the travel cost*
legg af stað *take off*
kem til baka *arrive*
fyrst *first*
enda *end*
fyrir vestan *in the west*
sendu mér tölvupóst *send me an e-mail*
á netfangið *at the e-mail address*
fyrir *before*
aðeins *for a moment*
tölvuna *the computer*
Netið *the Internet*
ekkert mál *no problem*
strax *right away*
það er kveikt á henni *the computer is on*
ég var í tölvunni *I was using the computer*
rúmt *more than*
ennþá *still, yet*
ferðast *travel*
áður en *before*
ég er ekki viss um *I am not sure*
ég kæmi að miklu gagni *I would be very useful*
ef það springur á bílnum *if the car has a flat tire*
upplýsingar *information*
kær kveðja *best regards*

Gleðilegt sumar!
Spurning dagsins: Hlakkar þú til sumarsins?
94] Spurt á sumardaginn fyrsta, 20. apríl.

Einar Ingi Hákonarson, bílstjóri: Já, auðvitað. Sumar og sól, vilja það ekki allir?

Björg Ólafsdóttir, ritari: Hvort ég geri. Ég hlakka rosalega til að komast í sumarfrí. Veturinn er búinn að vera svo langur og erfiður.

Ágúst Jóhannsson, smiður: Já og nei eiginlega. Það er auðvitað gott þegar sólin skín og fuglarnir syngja en á sumrin er alltaf brjálað í vinnunni hjá mér. Maður kemst varla í sumarfrí.

Inga Rós Halldórsdóttir, nemi: Já, svo sannarlega. Ég er að fara til útlanda í sumarfríinu og svo fer ég á námskeið í ágúst. Ég ætla líka að reyna að ferðast eitthvað hér innanlands, skreppa í eina eða tvær útilegur.

Ragna Hildur Jónsdóttir, afgreiðslustúlka: Já rosalega. Ég fer upp í sumarbústað með mömmu og pabba í júlí og svo förum við til Portúgals í ágúst. Mér finnst alltaf svo gaman á sumrin.

spurning dagsins *today's question*
hlakkar til *the look forward to*
sumarsins *the summer*
spurt *asked*
á sumardaginn fyrsta *the first day of summer (around April 20th)*
bílstjóri *driver*
vilja *want to*
allir *everyone, everybody*
hvort ég geri! *yes indeed!*
sumarfrí *summer holiday*
veturinn *the winter*
langur *long*
erfiður *difficult*
smiður *carpenter*
sólin *the sun*
skín *shine*
fuglarnir *the birds*
syngja *sing*
brjálað *crazy, frantically busy*
í vinnunni *at work*
maður *one*
kemst *can go*
varla *hardly*
sannarlega *truly, really*
námskeið *course*
reyna *try*
skreppa í útilegu *go camping*
afgreiðslustúlka *salesgirl*
sumarbústað *summer house*
Portúgals *Portugal*

Glossary list

In this glossary list the following information is given:

Verbs
Strong verbs: láta *v* (læt; lét, létum látið) (*acc*)

1 .p. sing. present;	1. p. sing. past,	1. p. pl. past,	past participle.
læt	lét	létum	látið

Weak verbs: athuga v (athuga; athugaði, athugað) (acc)

1. p. sing. present;	1. p. sing. past,	past participle
athuga	athugaði	athugað

Between the present tense and the past we put a semicolon (;). If the present tense singular is complicated it is written out:

fara v (**fer, ferð, fer**; fór, fórum, farið)

The case that the verb takes is also given in brackets. If the verb takes two objects there is a hyphen (-) between the two cases:

gefa *v* (gef; gaf, gáfum, gefið) (*dat-acc*)

Ég	gaf	honum (dat)	bókina (acc)
I	gave	him	the book

If the verb can assign two different cases there is a sloping line (/) between the cases.

þurfa *v* (þarf, þarft, þarf; þurfti, þurft) (*acc/gen*)

This means that the verb *þurfa* sometimes takes an object in accusative and sometimes in genetive:

Ég	þarf	bílinn (acc)	í dag
I	need	the car today	

Ég	þarf	þess (gen)	ekki
I	need	this	not
I do not need it			

The case of the subject with impersonal verbs is given with the personal pronoun:

langa *v impers* (**mig** langar; langaði, langað)

Nouns

The gender is given (f, m or n) and also the endings for genitive singular and nominative plural:

disk/ur *m* (-s, -ar)

If there is only one ending in the brackets it is always the genitive singular and it means that there is no plural form for the noun:

mjólk/ *f* (-ur)

If there is no bracket it means that the word has no singular form (only plural form):

Færey-j/ar *f plur*

For those nouns that do not belong to one of the six groups discussed in the grammar, the declension is in brackets. The cases are in that order; sing. nom, acc, dat, gen; plur. nom, acc, dat, gen:

litur *m* (-ar, -ir) (*litur, lit, lit, litar; litir, liti, litum, lita*)

Prepositions

The case the preposition takes is given:

á *prep* (acc/dat)

Abbreviations and symbols

-	no ending
/	between the stem and the ending
/	indicates alternatives
·	in compound words
–>	see
acc	accusative
adj	adjective
adv	adverb
comp	comparative
conj	conjunction
dat	dative
dat-acc	indicates a verb that takes two objects, the first in the dative, the second in the accusative
dat/acc	indicates a verb that can take object in the dative or the accusative
f	feminine
f plur	feminine plural word (there is no singular form)
gen	genitive
impers	impersonal usage
indecl	indeclinable
interj	interjection
m	masculine
m plur	masculine plural word (there is no singular form)
n	neuter
n plur	neuter plural word (there is no singular form)
num	numeral
plur	plural
prep	preposition
pron	pronoun
v	verb

að *prep (dat)*	to
að *conj*	that
að *infinitive particle*	to
að minnsta kosti	at least
aðaláhuga·mál/ *n* (-s, -)	main interest
aðeins *adv*	just; for a moment
af *prep (dat)*	from, off
af hverju	why
af því að	because
afgreiðslu·stúlk/a *f* (-u, -ur)	salesgirl
af/i *m* (-a, -ar)	grandfather
afmæli/ *n* (-s, -)	birthday
til hamingju með afmælið	Happy Birthday
hvenær áttu afmæli?	when is your birthday?
aftur *adv*	again
aldeilis *adv*	completely, totally
það er aldeilis!	that's really something!
aldrei *adv*	never
aldur/ *m* (-s)	age
á aldrinum	in that age
allt *n pron/adv* –> allur	everything
allt í lagi	all right
allt ágætt	fine, I am fine
allt fínt	fine, just fine
allt gott	fine
alltaf *adv*	always
alltof *adv*	far too
all/ur *pron*	everybody, everyone, all
alvarleg/ur *adj*	serious
alveg *adv*	entirely, completely
alveg rosalega	very much
annað *n pron* –> annar	
annan –> annar	
annar *pron*	another, else
eitthvað annað	something else
annar *num*	second
á annarri hæð	on the first floor
annars *adv*	by the way
ansi *adv*	pretty
appelsín/ *n* (-s)	orange soda, orangeade, fizzy orange
appelsín/a *f* (-u, -ur)	orange
apríl *m indecl*	April
athuga/ *v* (athuga; athugaði, athugað) (*acc*)	consider, investigate, check
athugum –> athuga	let's check
atvinnu·mað/ur *m* (-manns, -menn) –> maður	professional
auðvitað *adv*	of course
aug/a *n* (-a, -u)	eye
auglýs/a *v* (auglýsi; auglýsti, auglýst) (*acc*)	advertise
auglýsa eftir (*dat*)	advertise for
auglýsing/ *f* (-ar, -ar) (auglýsing, auglýsingu, auglýsingu, auglýsingar; auglýsingar, auglýsingar, auglýsingum, auglýsinga)	advertisment
auglýsinga·deild/ *f* (-ar, -ir)	advertising department
auglýsinga·stof/a *f* (-u, -ur)	advertising agency
augna·blik/ *n* (-s, -)	moment
austur *adv*	east
á *prep* (*acc/dat*)	on, in
á meðan *conj/adv*	in the meantime, while
á milli *prep (gen)*	between
á –> eiga	
ábyggilega *adv*	for sure, certainly
alveg ábyggilega	for sure, certainly
áður *adv*	before
áður en *conj*	before

ágúst/ *m indecl*	August
ágæt/ur *adj*	fine, quite good
allt ágætt	fine, I'm fine
áhuga·leikar/i *m* (-a, -ar)	amateur actor
áhugasam/ur *adj*	interested
áhug/i *m* (-a)	interest
hafa áhuga á	be interested in
ákveðin/n *adj*	determined
ár/ *n* (-s, -)	year
gleðilegt ár	Happy New Year
eins árs	one year old
tveggja ára	two years old
ástæðulaus/ *adj*	without reason
ekki að ástæðulausu	not without reason
átt –> eiga	
áttu? –> eiga	do you have?
bað/ *n* (-s, böð)	bath
bað·herbergi/ *n* (-s, -)	bathroom
baka/ *v* (baka; bakaði, bakað) (*acc*)	bake
ball/ *n* (-s, böll)	dance
Banda·rík/in *n plur*	the United States
frá Bandaríkjunum	from the United States
bank/i *m* (-a, -ar)	bank
bar/ *m* (-s, -ir) (bar, bar, bar, bars; barir, bari, börum, bara)	bar
bara *adv*	just
barn/ *n* (-s, börn)	child
barna·herbergi/ *n* (-s, -)	children's room, nursery
batna/ *v impers* (mér batnar; batnaði, batnað)	recover, get better
láttu þér batna	I hope you will recover soon
báð/ir *m plur pron*	both
báts·ferð/ *f* (-ar, -ir)	boat trip
betur –> vel	better
bið-j/a *v* (bið; bað, báðum, beðið) (*acc*)	ask
bíddu –> bíða	wait a minute
bíð/a *v* (bíð; beið, biðum, beðið) (*gen*)	wait
bíða eftir (*dat*)	wait for
bíl/l *m* (-s, -ar)	car
bíl·skúr/ *m* (-s, -ar)	garage
bíl·stjór/i *m* (-a, -ar)	driver
bíó/ *n* (-s, -)	cinema
bjarga/ *v* (bjarga; bjargaði, bjargað) (*dat*)	manage; save
bjart/ur *adj*	bright
blað/ *n* (-s, blöð)	paper; newspaper
blaða·mað/ur *m* (-manns, -menn) –> maður	journalist
blaut/ur *adj*	wet
blá/r *adj*	blue
bless *adv*	goodbye
bless á meðan	bye for now
blessað/ur *adj*	blessed; hi, goodbye
(vertu) blessaður	goodbye
(komdu) blessaður	hi, how do you do?
(komdu) sæll og blessaður	how do you do?
blessuð *f adj* –> blessaður	
boð·tæki/ *n* (-s, -)	beeper
boll/i *m* (-a, -ar)	cup
borð/ *n* (-s, -)	table
borða/ *v* (borða; borðaði, borðað) (*acc*)	eat
fara út að borða	eat at a restaurant, go out to eat, eat out
borð·stof/a *f* (-u, -ur)	dining room
bók/ *f* (-ar, bækur) (bók, bók, bók, bókar; bækur, bækur, bókum, bóka)	book
bók·mennt/ir *f plur*	literature
bragðlaus/ *adj*	tasteless
brauð/ *n* (-s, -)	bread
brauð·rist/ *f* (-ar, -ir)	toaster
braut/ *f* (-ar, -ir)	street
bresk/ur *adj*	British
Bretland/ *n* (-s)	Britain
brjálað/ur *adj*	crazy
það er brjálað í vinnunni	(he/she is) frantically busy at work
brosandi/ *adj indecl*	smiling
bróðir/ *m* (bróður, bræður) (bróðir, bróður, bróður, bróður; bræður, bræður, bræðrum, bræðra)	brother
brún/n *adj*	brown
bræður –> bróðir	brothers
bursta/ *v* (bursta; burstaði, burstað) (*acc*)	brush
bursta tennurnar	brush one's teeth
bux/ur *f plur*	trousers
bú/a *v* (bý, býrð, býr; bjó, bjuggum, búið)	live
hvar býrðu?	where do you live?
búð/ *f* (-ar, -ir)	shop
búið *n adj* –> búinn	
búin/n *adj*	finished; have
ég er búinn að borða	I have (just) eaten
ertu búinn að vera hér lengi?	have you been here for a long time?
byrja/ *v* (byrja; byrjaði, byrjað) (*acc*)	begin
eru að byrja	are about to begin
byrjað/ur *adj*	started
byrjuð *f adj* –> byrjaður	
bý –> búa	
býr –>búa	
bæ *adv*	bye
bæði *n plur pron* –> báðir	
bæði . . . og *conj*	both . . . and
bækling/ur *m* (-s, -ar)	brochure
bæ/r *m* (-jar, -ir) (bær, bæ, bæ, bæjar; bæir, bæi, bæjum, bæja)	town; farm
niðri í bæ	downtown
gakktu í bæinn	(do) come in
börn –> barn	children

dag/ur *m* (-s, -ar) (dagur, dag, degi, dags; dagar, daga, dögum, daga)	day
til hamingju með daginn	congratulations
góðan daginn	good morning
góðan dag	good morning (formal)
daginn	good morning
í dag	today
á daginn	during the day
einhvern daginn	some day
í tvo daga	for two days
næsta dag	next day
allan daginn	all day long
Danmörk/ *f* (Danmerkur) (-mörk, -mörku, -mörku, -merkur)	Denmark
frá Danmörku	from Denmark
dansk/a *f* (dönsku)	Danish (language)
dansk/ur *adj*	Danish
deil/a *v* (deili; deildi, deilt) (*dat*)	share
dimm/ur *adj*	dark
disk/ur *m* (-s, -ar)	plate
djús/ *n* (-)	juice, squash
dóttir/ *f* (dóttur, dætur) (dóttir, dóttur, dóttur, dóttur; dætur, dætur, dætrum, dætra)	daughter
drasl/ *n* (-s)	rubbish
það er allt í drasli	everything is in a mess
drekk/a *v* (drekk; drakk, drukkum, drukkið) (*acc*)	drink
dríf/a *v* (dríf; dreif, drifum, drifið) (*acc*)	hurry
drífa sig	hurry up
drop/i *m* (-a, ar)	drop
bara tíu dropa	just a little (coffee)
dugleg/ur *adj*	hard working, good
dökkhærð/ur *adj*	dark-haired
dökk/ur *adj*	dark
dönsku –> danska	
eða *conj*	or
eftir *prep (acc/dat)*	after
egg/ *n* (-s, -)	egg
eig/a *v* (á, átt, á; á áttum, átt) (*acc*)	own, have; shall; have to
eigum við?	shall we?
ég á eftir að	I still have not
eiginkon/a *f* (-u, -ur) *gen plur* -kvenna	wife
eiginlega *adv*	in fact
ein *f num* –> einn	
einhver *m/f pron*	somebody, someone, some
einkamál/ *n* (-s, -)	private issue
einmana/ *adj indecl*	lonely
einmitt *adv*	exactly
einn *m num*	one
ein með öllu	a hot dog with everything on it
eins *adv*	the same
einu sinni var	once upon a time
eitt *n num* –> einn	
eitthvað *n pron* –> einhver	something
ekkert *n pron* –> enginn	nothing, not
það var ekkert	don't mention it
ekki *adv*	not
er það ekki?	isn't it?, don't you?
ekki einu sinni	not even
ekki enn	not yet
elda/ *v* (elda; eldaði, eldað) (*acc*)	cook
eld·hús/ *n* (-s, -)	kitchen
ellefu *num*	eleven
elsk/a *f* (-u, -ur)	dear
elskan	honey, darling
en *conj*	but; than
en þú?	how about you?, and you?
en epli?	what about an apple?
enda/ *v* (enda; endaði, endað)	end
endilega *adv*	by all means
endi/r *m* (-s)	end
engan –> enginn	no
engin/n *pron*	no one, nobody, nothing
England/ *n* (-s)	England
frá Englandi	from England
enn *adv*	still; yet
ennþá *adv*	still; yet
ensk/a *f* (-u)	English (language)
epli/ *n* (-s, -)	apple
er –> vera	
erfið/ur *adj*	difficult
erfitt *n adj* –> erfiður	difficult
ert –> vera	
ég *pron*	I
ét/a *v* (ét; át, átum, étið) (*acc*)	eat
falleg/ur *adj*	nice, pretty, lovely
fannst –> finnast	
far/a *v* (fer, ferð, fer; fór, fórum, farið)	go
fara út	go abroad, go out on the town, go outside
ertu farinn að vinna?	have you started to work?
farðu –> fara	
farin/n –> fara	
far·sím/i *m* (-a, -ar)	mobile telephone
fax/ *n* (-, föx)	fax
fá/ *v* (fæ, færð, fær; fékk, fengum, fengið) (*acc*)	get
ég ætla að fá	I would like to have
hvað ætlar þú að fá?	may I help you?
feit/ur *adj*	fat
fengið –> fá	
fer –> fara	
ferð –> fara	
ferð *f* (-ar, -ir)	trip, journey
góða ferð	have a nice trip
ferða·félag/i *m* (-a, -ar)	travel companion
ferða·kostnað/ur *m* (-ar)	travel cost
ferða·lag/ *n* (-s, -lög)	journey

ferða·skrifstof/a *f* (-u, -ur)	tourist office, travel agency
ferða/st *v* (ferðast; ferðaðist, ferðuðumst, ferðast)	travel
ferðu? –> fara	do you go?
fimm *num*	five
fimm ára	five years old
um fimmleytið	at about five
fimmtu·dag/ur *m* (-s, -ar) –> dagur	Thursday
á fimmtudaginn	last/next Thursday
á fimmtudögum	on Thursdays
finn/a *v* (finn; fann, fundum, fundið) (*acc*)	find
finnum –> finna	let's find
finn/ast *v* (mér finnst; fannst, fannst, fundist)	find; think
mér finnst gaman að lesa	I like reading
finnst þér það?	do you think so?
Finnland/ *n* (-s)	Finland
frá Finnlandi	from Finland
finnst –> finnast	
fisk/ur *m* (-s, -ar)	fish
(vinna) í fiski	(work) in a fish factory
fín/n *adj*	good, great
allt fínt	fine, just fine
allt þetta fína	I am fine
fínt –> fínn	
fjórir *m num*	four
fjögur *n num* –> fjórir	
fjölbreytileg/ur *adj*	changeable
fjölbreytt/ur *adj*	varied
fjölskyld/a *f* (-u, -ur)	family
fjörug/ur *adj*	lively
fleiri *adj* –> margur	more
fleira?	anything else?
fljót/ur *adj*	fast
flott/ur *adj*	smart
en flott!	how smart!, it's great!
flytj/a *v* (flyt; flutti, flutt) (*acc*)	move
forstof/a *f* (-u, -ur)	hall
fólk/ *n* (-s)	people
fórum –> fara	went
fót·bolta·mað/ur *m* (-manns, -menn) –> maður	football player
fót·bolta·menn –> fótboltamaður	
fót·bolt/i *m* (-a, -ar)	soccer, football
Frakkland/ *n* (-s)	France
frá Frakklandi	from France
framhalds·nám/ *n* (-s)	graduate studies
framhaldsskóla·kennar/i *m* (-a, -ar)	high school teacher
framhaldsskól/i *m* (-a, -ar)	high school
framkvæmda·stjór/i *m* (-a, -ar)	manager
framtíð/ *f* (-ar)	future
í framtíðinni	in the future
fransk/a *f* (frönsku)	French (language)
fransk/ur *adj*	French
frá *prep (dat)*	from
frábær/ *adj*	great
frekar *adv*	rather
frétt/ *f* (-ar, -ir)	news
frétt/a *v* (frétti; frétti, frétt) (*acc*)	learn, hear
það er allt gott að frétta af mér	everything is fine with me
frí/ *n* (-s, -)	holiday
frímerki/ *n* (-s, -)	stamp
frost/ *n* (-s)	frost
frönsku –> franska	
fugl/ *m* (-s, -ar)	bird
fugla·bjarg/ *n* (-s, -björg)	bird cliff
fjölbreytt fuglabjörg	cliffs alive with birds
fullorðinsleg/ur *adj*	grown-up looking
fullt *adv*	a lot
fullt af	a lot of
full/ur *adj*	full; drunk
fúl/l *adj*	grumpy
fyrir *prep* (*acc*)	for; before
fyrir neðan *prep* (*acc*)	below
fyrir ofan *prep* (*acc*)	above
fyrir utan *prep (acc)*	outside
fyrirgef/a *v* (fyrirgef; fyrirgaf, fyrirgáfum, fyrirgefið) (*dat-acc*)	forgive
fyrirgefðu –> fyrirgefa	excuse me
fyrra –> í fyrra	
fyrst *adv*	first
fyrsti *num*	the first
fyrst/ur *adj*	first
fædd/ur *adj*	born
Færey-j/ar *f plur*	the Faroe Islands
förum –> fara	
föstu·dag/ur *m* (-s, -ar) –> dagur	Friday
á föstudaginn	last/next Friday
á föstudögum	on Fridays
föt/ *n plur*	clothes
gagn/ *n* (-s)	use
koma að miklu gagni	be very useful
gakktu –> ganga	
galla·bux/ur *f plur*	jeans
gamal/l *adj*	old
hvað er hann gamall?	how old is he?
gaman/ *n* (-s)	fun, enjoyment
gaman að sjá þig	nice to see you
en gaman	how nice
gaman·mynd/ *f* (-ar, -ir)	comedy
gang/a *v* (geng; gekk, gengum, gengið)	walk
gangi þér vel	good luck
gakktu í bæinn	come in
hvernig gengur?	how is it going?
gang/ur *m* (-s, -ar)	corridor
gat/a *f* (götu, götur)	street
Gaukur á Stöng	name of a bar in Reykjavík
gef/a *v* (gef; gaf, gáfum, gefið) (*dat-acc*)	give
gengur –> ganga	
ger/a *v* (geri; gerði, gert)	

(*acc*)	do
gerum það	let's do that
gjörðu (gerðu) svo vel	please, you are welcome; here you are
gjörðu svo vel og gakktu í bæinn	please come in
hvað gerir hann?	what is his profession?
hvort ég geri!	yes indeed!
get/a *v* (get; gat, gátum, getað) (*acc*)	can
getur þú sagt mér?	can you tell me?
gætirðu nokkuð?	could you please?
ég get það ekki	I can't
geymsl/a *f* (-u, -ur)	storage room
gift/a *v* (gifti; gifti, gift) (*acc*)	get married
gift/ur *adj*	married
gisting/ *f* (-ar) (gisting, gistingu, gistingu, gistingar)	accomodation
gjald·ker/i *m* (-a, -ar)	cashier
gjörðu –> gera	
gjörið –> gera	
glaðleg/ur *adj*	cheerful
glað/ur *adj*	happy
glas/ *n* (-s, glös)	glass
gleðileg/ur *adj*	delightful, pleasant
gleðileg jól	Merry Christmas
gleðilegt ár	Happy New Year
gleðilega páska	Happy Easter
gleðilega hátíð	Happy Holidays
gleðilegt sumar	greeting used on the first day of summer
gler·aug/u *n plur*	glasses
gleym/a *v* (gleymi; gleymdi, gleymt) (*dat*)	forget
gleymdi –> gleyma	forgot
glöð *f adj* –> glaður	
glös –> glas	
golf/ *n* (-s)	golf
gott *n adj* –> góður	
góð/ur *adj*	good, fine, nice, kind
hafðu það gott	have a nice day/time
hvað segir þú gott?	how are you?
ég segi allt gott	I'm fine
góði	dear; you
gólf/ *n* (-s, -)	floor
grann/ur *adj*	thin
gráhærð/ur *adj*	grey-haired
grá/r *adj*	grey
grát/a *v* (græt; grét, grétum, grátið)	cry
gráum –> grár	
grín·mynd/ *f* (-ar, -ir)	comedy
grunn·skól/i *m* (-a, -ar)	elementary school
Grænland/ *n* (-s)	Greenland
frá Grænlandi	from Greenland
græn/n *adj*	green
grönn *f adj* –> grannur	
gul/ur *adj*	yellow
gær –> í gær	

gætirðu? –> geta	could you?
gömlum –> gamall	
gömul *f adj* –> gamall	
göngu·ferð/ *f* (-ar, -ir)	walk
göngu·túr/ *m* (-s, -ar)	walk
haf/a *v* (hef; hafði, höfðum, haft) (*acc*)	have
hald/a *v* (held; hélt, héldum, haldið)	think
halló *interj*	hello
hamingj/a *f* (-u)	happiness
til hamingju	congratulations
til hamingju með afmælið	Happy Birthday
til hamingju með daginn	congratulations
hana –> hún	
hann *m pron*	he
hans –> hann	his
haust/ *n* (-s, -)	autumn
á haustin	in the autumn
hádegi/ *n* (-s)	midday, noon
í hádeginu	during the lunch break
hálfkald/ur *adj*	rather cold
hálf/ur *adj*	half
hár/ *n* (-s, -)	hair
hárið á mér/þér/honum	my/your/his hair
há/r *adj*	tall
háskól/i *m* (-a, -ar)	university
hátíð/ *f* (-ar, -ir)	holiday
gleðilega hátíð	Happy Holidays
hávaxin/n *adj*	tall
hefur –> hafa	
heiðarleg/ur *adj*	honest
heilsa/ *v* (heilsa; heilsaði, heilsað) (*dat*)	greet
bið að heilsa öllum	say hello to everybody from me
heim *adv*	home
ég kem heim	I will come home
heima *adv*	at home
er Kristján heima?	is Kristján there?
heimavist/ *f* (-ar, -ir)	boarding school
heimsókn/ *f* (-ar, -ir)	visit
komið í heimsókn	come for a visit
heimsækj/a *v* (heimsæki; heimsótti, heimsótt) (*acc*)	visit
heim/ur *m* (-s, -ar)	world
víða um heim	all around the world
heit/a *v* (heiti; hét, hétum, heitið)	be called, be named
hvað heitir þú?	what is your name?
ég heiti	my name is
held –> halda	
heldur *adv*	rather
helg/i *f* (-ar, -ar) (helgi, helgi, helgi, helgar; helgar, helgar, helgum, helga)	weekend
um helgar	at weekends
helst *adv*	preferably
heng-j/a *v* (hengi; hengdi, hengt) (*acc*)	hang up
hennar –> hún	her

henni –> hún	she
hent/a *v* (henta; hentaði, hentað) (*dat*)	suits
þetta hentar mér	this suits me
heppin/n *adj*	lucky
herbergi/ *n* (-s, -)	room
hesta·ferð/ *f* (-ar, -ir)	horse-riding tour
hest·bak *n* (-s)	
vera á hestbaki	horseback riding
fara á hestbak	go horseback riding
hest/ur *m* (-s, -ar)	horse
heyr/a v (heyri; heyrði, heyrt) (*acc*)	hear
heyrðu	listen
hey·skap/ur *m* (-s)	hay making
hélt –> halda	thought
hér *adv*	here
hérna *adv*	here
hissa/ *adj indecl*	surprised
hit/a *v* (hita; hitaði, hitað) (*acc*)	warm
hita kaffi	make coffee
hit/i *m* (-a)	heat, warmth
20 stiga hiti	twenty degrees
hitt/a *v* (hitti; hitti, hitt) (*acc*)	meet
hitt/ast *v* (við hittumst; hittumst, hist)	meet
hittumst –> hittast	
hjá *prep* (*dat*)	with
rétt hjá *prep* (*dat*)	nearby
hjálpa/ *v* (hjálpa; hjálpaði, hjálpað) (*dat*)	help
hjól/ *n* (-s, -)	wheel; bicycle
hjón/ *n plur*	married couple
hjúkrunar·fræðing/ur *m* (-s, -ar)	nurse
hlakka/ *v* (hlakka; hlakkaði, hlakkað)	
hlakka til (*gen*)	look forward to
hljóm·sveit/ *f* (-ar, -ir)	orchestra, band
hlusta/ *v* (hlusta; hlustaði, hlustað)	listen
hlusta á (*acc*)	listen to
hlý/r *adj*	warm
hníf/ur *m* (-s, -ar)	knife
honum –> hann	him
horf/a *v* (horfi; horfði, horft)	look
horfa á (*acc*)	look at, watch
horn/ *n* (-s, -)	corner
í horninu	in the corner
hótel/ *n* (-s, -)	hotel
hrá/r *adj*	raw
hrein/n *adj*	clean
hress/ *adj*	in good form, full of beans
hrifin/n *adj*	keen; infatuated
ég er hrifinn af	I'm keen on
hring-j/a *v* (hringi; hringdi, hringt) (*dat*)	ring, phone
hringja í (*acc*)	call
hring/ur *m* (-s,-ar/-ir)	ring; the highway around Iceland
að fara hringinn	to travel around Iceland
hryllings·mynd/ *f* (-ar, -ir)	horror film
hugljúf/ur *adj*	sweet, sentimental
hug·mynd/ *f* (-ar, -ir)	idea
ég hef ekki hugmynd um það	I have no idea
hugsa/ *v* (hugsa; hugsaði, hugsað) (*acc*)	think
hundleiðinleg/ur *adj*	very boring, dead boring
hundrað/ *n* (-s, hundruð)	hundred
hún *pron*	she
hús/ *n* (-s, -)	house
hús·móðir/ *f* (-móður, -mæður) (-móðir, -móður, -móður, -móður; -mæður, -mæður, -mæðrum, -mæðra)	housewife
hva! *interj*	what!
hvað *pron/adv*	what; how
hvað með það?	so what?
hvaða *pron*	what kind of, which
hvaða hvaða! *interj*	come on!
hvaðan *adv*	where from
hvaðan er hann?	where is he from?
hvala·skoðun/ *f* (-ar)	whale watching
hvar *adv*	where
hvass/ *adj*	windy
hvenær *adv*	when
hver *pron*	who
hverfi/ *n* (-s, -)	neighbourhood
hverju –> hvað	
í hverju á ég að fara?	what shall I wear?
hverjum –> hver	
hvern –> hver	
hvernig *adv*	how
hvort *conj*	if, whether
hæ! *interj*	hi!
hæð/ *f* (-ar, -ir)	floor
fyrsta hæðin	the ground floor
á annarri hæð	on the first floor
hægt *adv*	possible
höfuð·borg/ *f* (-ar, -ir)	capital city
inn *adv*	in
innanlands *adv*	inland
inni *adv*	inside
innilaug/ *f* (-ar, -ar) (-laug, -laug, -laug, -laugar; -laugar, -laugar, -laugum, lauga)	indoor swimming pool
í *prep (acc/dat)*	in; to
í fyrra	last year
í gær	yesterday
íbúð/ *f* (-ar, -ir)	apartment, flat
þriggja herbergja íbúð	flat with two bedrooms
ís/ *m* (-s, -ar)	icecream
Ís·land/ *n* (-s)	Iceland
frá Íslandi	from Iceland
Ís·lending/ur *m* (-s, -ar)	Icelander

íslensk/a *f* (-u)	Icelandic (language)
íslensk/ur *adj*	Icelandic
ís·skáp/ur *m* (-s, -ar)	refrigerator
Ítalí/a *f* (-u)	Italy
frá Ítalíu	from Italy
ítalsk/a *f* (itölsku)	Italian (language)
ítalsk/ur *adj*	Italian
íþrótt/ *f* (-ar, -ir)	sport
jakk/i *m* (-a,-ar)	jacket
janúar/ *m indecl*	January
jarðar·berja·sult/a *f* (-u, -ur)	strawberry jam/preserve/sauce
já *interj*	yes
jógúrt/ *n* (-s)/*f* (-ar)	yogurt
jól/ *n plur*	Christmas
gleðileg jól	Merry Christmas
jú *interj*	yes
júlí/ *m indecl*	July
júní/ *m indecl*	June
jæja *interj*	well
jökla·ferð/ *f* (-ar, -ir)	glaciertrip
kaffi/ *n* (-s)	coffee
kaffi·hús/ *n* (-s, -)	café
kafl/i *m* (-a, -ar)	chapter
kald/ur *adj*	cold
kalla/ *v* (kalla; kallaði, kallað) (*acc*)	call
kalla á (*acc*)	call
kannski *adv*	maybe
karl·mað/ur *m* (-manns, -menn) —> maður	man
karl·mönnum —> karlmaður	
kartafl/a *f* (kartöflu, kartöflur)	potato
kartöflum —> kartafla	
kaup/a *v* (kaupi; keypti, keypt) (*acc*)	buy
káp/a *f* (-u, -ur)	coat
kát/ur *adj*	cheerful
kem —> koma	
kemst —> komast	
kemur —> koma	
kemurðu? —> koma	will you come?
kenn/a *v* (kenni; kenndi, kennt) (*acc*)	teach
Kennara·háskól/i *m* (-a, -ar)	Teacher's Training College
kennar/i *m* (-a, -ar)	teacher
keyr/a *v* (keyri; keyrði, keyrt) (*acc*)	drive
keyra hringinn	drive the highway around Iceland
kis/a *f* (-u, -ur)	cat, pussy
kík-j/a *v* (kíki; kíkti, kíkt)	look at
kíkjum —> kíkja	lets look at
kíló/ *n* (-s, -)	kilo
hvað kostar kílóið?	how much does it cost a kilo?
Kína/ *n indecl*	China
kjallar/i *m* (-a, -ar)	basement, cellar
kjól/l *m* (-s, -ar)	dress
kjöt·boll/a *f* (-u, -ur)	meat ball
klikkað/ur *adj*	crazy
kló/ið *n def*	toilet, loo
klósett/ *n* (-s, -)	toilet

klukk/a *f* (-u, -ur)	clock
hvað er klukkan?	what time is it?
klukkan (hún) er eitt	it is one o'clock
klukkan hvað?	at what time?, when?
er klukkan orðin níu?	is it nine already?
klukkan er korter í	it is quarter to
klukkan er að verða	it is nearly time
klædd/ur *adj*	dressed
klæð/a *v* (klæði; klæddi, klætt) (*acc*)	dress
klæða sig	get dressed
kom/a *v* (kem; kom, komum, komið)	come
koma með (mér)	join me
koma til baka	arrive, come back
kom/ast *v* (kemst; komst, komumst, komist)	get there, can go
komdu —> koma	
komin/n *adj*	come
ertu kominn?	have you arrived?
Lára er komin með kærasta	Lára has got a new boyfriend
komm/a *f* (-u, -ur)	comma
kommóð/a *f* (-u, -ur)	chest of drawers
kon/a *f* (-u, -ur) *gen plur* kvenna	woman
konan mín	my wife
korn·flex/ *n* (-)	cornflakes
kort/ *n* (-s, -)	map
korter/ *n* (-s, -)	quarter of an hour
kosta/ v (kosta; kostaði, kostað) (*acc*)	cost
hvað kostar þetta?	how much does it cost?
kókó·mjólk/ *f* (-ur) —> mjólk	chocolate milk
kór/ *m* (-s, -ar)	choir
krakk/i *m* (-a, -ar)	kid
krá/ *f* (-r, -r) (krá, krá, krá, krár; krár, krár, krám, kráa)	bar, pub
krón/a *f* (-u, -ur)	crown
kurteis/ *adj*	polite
kveðj/a *f* (-u, -ur)	wishes
kær kveðja	best wishes
kveik-j/a *v* (kveiki; kveikti, kveikt) (*acc*)	put/turn on the light
kveikja á (dat)	turn on
það er kveikt á tölvunni	the computer is on
kvikmynd/ *f* (-ar, -ir)	film
kvikmynda·leikar/i *m* (-a, -ar)	film actor
kvikmynda·sam-steyp/a *f* (-u, -ur)	film company
kvöld/ *n* (-s, -)	evening
gott kvöld	good evening (formal)
góða kvöldið	good evening
í kvöld	tonight
á kvöldin	in the evening
annað kvöld	tomorrow evening
kynn/a *v* (kynni; kynnti, kynnt) (*acc*)	introduce

má ég kynna? — may I introduce?
kynn/ast *v* (kynnist; kynntist, kynntumst, kynnst) (*dat*) — get to know
kyrrð/ *f* (-ar) — silence
kæf/a *f* (-u, -ur) — paté
kæmi –> koma
kær/ *adj* — dear; best
kæra Maja — dear Maja
kær kveðja — best regards, best wishes
kærast/a *f* (kærustu, kærustur) — girlfriend
kærast/i *m* (-a, -ar) — boyfriend
lagi –> allt í lagi
lamp/i *m* (-a, -ar) — lamp
land/ *n* (-s, lönd) — land, country
langa/ *v impers* (mig langar; langaði, langað) — want, long for
mig langar til þess — I would like to do it, I want that
mig langar í kaffi — I want coffee
langt frá *prep* (*dat*) — far away from
lang/ur *adj* — long
laugar·dag/ur *m* (-s, -ar) –> dagur — Saturday
á laugardaginn — last/next Saturday
á laugardögum — on Saturdays
lágvaxin/n *adj* — short
lána/ *v* (lána; lánaði, lánað) (*dat-acc*) — lend
lát/a *v* (læt; lét, létum, látið) (*acc*) — let
láttu ekki svona! — come on!, don't be silly!, don't be like that!
leður·jakk/i *m* (-a, -ar) — leather jacket
leggj/a *v* (legg; lagði, lagt) — lay, put
leggja af stað — take off
leið/ *f* (-ar, -ir) — way
á leiðinni — on the way
í leiðinni — at the same time
leiðinleg/ur *adj* — boring
leið/ur *adj* — sad
leig/a *f* (-u) — rent
til leigu — for rent
leig-j/a *v* (leigi; leigði, leigt) (*dat-acc*) — rent
leik/a *v* (leik; lék, lékum, leikið) (*acc*) — play; act
leika sér — play
leika við — play with
leik·hús/ *n* (-s, -) — theatre
leik·kon/a *f* (-u, -ur) *gen plur* -kvenna — actress
leik·skól/i *m* (-a, -ar) — kindergarten
leit/a *v* (leita; leitaði, leitað) (*gen*) — search
leita að — look for
lengi *adv* — long
lengur *adv* — longer
lensk/ur *adj*
hvers lenskur er hann? — what is his nationality?
les/a *v* (les, lest, les; las, lásum, lesið) (*acc*) — read
leti/ *f indecl* — laziness
ligg-j/a *v* (ligg; lá, lágum, legið) — lie
litla *adj* –> lítill
litur *m* (-ar, -ir) (litur, lit, lit, litar; litir, liti, litum, lita) — colour
líka *adv* — also
líka/ *v impers* (mér líkar; líkaði, líkað) — like
hvernig líkar þér? — how do you like it?
líkams·rækt/ *f* (-ar) — gym
lík/ur *adj* — alike
líst –> lítast
lít/a *v* (lít; leit, litum, litið) (*acc*) — look
hvernig lítur hann/hún út? — what does he/she look like?
lít/ast *v impers* (mér líst; leist, litist) — like
mér líst vel á það — I like that
lítil/l *adj* — small
ljós/ *adj* — light
hann er með ljóst hár — he is blond
ljós/ *n* (-s, -) — light
ljóshærð/ur *adj* — blond
ljót/ur *adj* — ugly
lúr/a *v* (lúri; lúrði, lúrt) — sleep, take a nap
lækni/r *m* (-s, -ar) — doctor
lær/a *v* (læri; lærði, lært) (*acc*) — learn
lög·fræði/ *f indecl* — law
mað/ur *m* (manns, menn) (maður, mann, manni, manns; menn, menn, mönnum, manna) — man; one
maðurinn minn — my husband
100.000 manns — 100.000 people
maí/ *m indecl* — May
mamm/a *f* (mömmu, mömmur) — Mum, mother
man –> muna
manns –> maður
manstu? –> muna — do you remember?
margt *adv* — so much
margt hægt að skoða — so much to see
marg/ur *adj* — many
mars/ *m indecl* — March
mars·bú/i *m* (-a, -ar) — Martian
mat/ur *m* (-ar) — food, lunch, dinner
hvað er í matinn? — what is for dinner?
maturinn er til — dinner is served
má –> mega — be allowed, can
mál/ *n* (-s, -) — language; problem
ekkert mál — no problem
það skiptir ekki máli — it doesn't matter
mála/ *v* (mála; málaði, málað) (*acc*) — paint
mála sig — put on make up
mánu·dag/ur *m* (-s, -ar)–> dagur — Monday
á mánudaginn — last/next Monday

á mánudögum — on Mondays
mánuð/ur *m* (mánaðar, -ir) (mánuður, mánuð, mánuði, mánaðar; mánuðir, mánuði, mánuðum, mánaða) — month
í hálfan mánuð — for two weeks
með *prep* (*acc/dat*) — with
meðan —> á meðan
meg/a *v* (má, mátt, má; mátti, mátt) (*acc*) — be allowed
meira *adv* — more
menningarleg/ur *adj* — cultural
merkt/ur *adj* — signed, marked
mér —> ég
miðbæ/r *m* (-jar, -ir) — town centre
í miðbænum — downtown
miður —> því miður
miðviku·dag/ur *m* (-s, -ar) —> dagur — Wednesday
á miðvikudaginn — last/next Wednesday
á miðvikudögum — on Wednesdays
mig —> ég
mikið *adv* — lot
mikil/l *adj* — big; much; great
mikinn *adj* —> mikill — much
miklu *adj* —> mikill — much
milli —> á milli
minn *m pron* — my
Guðni minn — my dear (Guðni)
mitt *n pron* —> minn
mín *f pron* —> minn
Auður mín — my dear (Auður)
mínút/a *f* (-u, -ur) — minute
mjólk/ *f* (-ur) (mjólk, mjólk, mjólk, mjólkur) — milk
mjög *adv* — very
Morgun·blaðið — the national daily newspaper
morgun/n *m* (-s, -ar) — morning
á morgun — tomorrow
í morgun — this morning
á morgnana — in the mornings
mott/a *f* (-u, -ur) — mat
mun/a *v* (man, manst, man; mundi, munað) (*acc*) — remember
manstu eftir honum? — do you remember him?
mynd/ *f* (-ar, -ir) — picture; film
myndarleg/ur *adj* — handsome
mæt/a *v* (mæti; mætti, mætt) (*dat*) — attend; meet
hvenær áttu að mæta? — when are you supposed to be there?
mömmu —> mamma
mörg *n adj* —> margur
nammi/ *n* (-s, -) — candy, sweets
nákvæmlega *adv* — exactly
nám·skeið/ *n* (-s, -) — course
náttúr/a *f* (-u) — nature, the natural environment
nefnilega *adv* — namely, that is
nei *interj* — no
nei annars — probably not
nein/n *pron* — no one
neitt *n pron* —> neinn
ekki neitt — nothing
nema *conj* — except
nemand/i *m* (nemanda, nemendur) (nemandi, nemanda, nemanda, nemanda; nemendur, nemendur, nemendum, nemenda) — student
nemendur —>nemandi
nem/i *m* (-a, -ar) — student
nenn/a *v* (nenni; nennti, nennt) (*dat*) — feel like, be in the mood for, want to
nennirðu? — do you mind?
ég nenni því ekki — I do not bother
nesti/ *n* (-s) — packed lunch
í nesti — for lunch
net/ *n* (-s, -) — net
Netið — the Internet
net·fang/ *n* (-s, -föng) — e-mail address
niðri *adv* — downstairs
nítján *num* — nineteen
níu *num* — nine
níu·tíu *num* — ninety
njót/a *v* (nýt; naut, nutum, notið) (*gen*) — enjoy
nokkuð *adv* — quite, fairly
norður *adv* — north
Norður-Noreg/ur *m* (-s) — the north of Norway
Noreg/ur *m* (-s) — Norway
frá Noregi — from Norway
nóg/ur *adj* — enough
það er nóg að gera (hjá mér) — I am very busy
nóvember/ *m indecl* — November
nú *adv* — now
núna *adv* — now
nýbúin/n *adj* — just finished
ég er nýbúinn í baði — I just got out of the bath
ný/r *adv* — new
nýskilin/n *adj* — recently divorced
nýsofnað/ur *adj* — just fallen asleep
nývaknað/ur *adj* — just woke up
nývöknuð *f adj* —> nývaknaður
næst/ur *adj* — next
ofsalega *adv* — very
oft *adv* — often
oftast *adv* — most often
og *conj* — and
og þó *interj* — maybe not
oh! *interj* — oh!
oj! *interj* — ugh!
okkur —> við
október/ *m indecl* — October
opið —> opinn
opin/n *adj* — open
orðin/n —> verða — has become
ost/ur *m* (-s, -ar) — cheese
ógeðslega *adv* — terribly

ókei *interj*	okay
óska/ *v* (óska; óskaði, óskað) (*dat-gen*)	wish
óska eftir (*dat*)	look for
óskast	wanted
ótrúleg/ur *adj*	unbelievable
pabb/i *m* (-a, -ar)	Dad, father
pann/a *f* (pönnu, pönnur)	pan
panta/ *v* (panta; pantaði, pantað) (*acc*)	order
passa/ *v* (passa; passaði, passað)	suit, fit
þetta passar alveg	this will do very well
pásk/ar *m plur*	Easter
gleðilega páska	Happy Easter
um páskana	at/during Easter
peningalaus/ *adj*	broke, out of money
penn/i *m* (-a, -ar)	pen
peys/a *f* (-u, -ur)	pullover, sweater
pils/ *n* (-, -)	skirt
píanó/ *n* (-s, -)	piano
pínulítið *adv*	a little
pláss/ *n* (-, -)	space, room
Portúgal/ *n* (-s)	Portugal
frá Portúgal	from Portugal
potta·blóm/ *n* (-s, -)	potted plant
pott/ur *m* (-s, -ar)	pot
póst·kass/i *m* (-a, -ar)	post box
Prins Póló *n* (-s, -)	Prince Polo, popular chocolate bar
prófa/ *v* (prófa; prófaði, prófað) (*acc*)	try
punkt/ur *m* (-s, -ar)	full-stop
pylsu·sal/i *m* (-a, -ar)	man or woman who sells hot dogs
pönnur –> panna	
rabarbara·sult/a *f* (-u, -ur)	rhubarb jam/preserve/sauce
rauð/ur *adj*	red
ráð/a *v* (ræð; réð, ráðið) (*acc/dat*)	employ; decide
þú ræður því	it is up to you
reið·hjóla·leig/a *f* (-u, -ur)	rent-a-bike
reiprennandi *adv*	fluently
reyn/a *v* (reyni; reyndi, reynt) (*acc*)	try
reyndu –> reyna	
rétt/a *v* (rétti; rétti, rétt) (*dat-acc*)	pass
réttu mér	pass me
rétt/ur *adj*	right
það er rétt	that is right
rigning *f* (-ar) (rigning, rigningu, rigningu, rigningar)	rain
ristað/ur *adj*	toasted
ristað brauð	toast
ritar/i *m* (-a, -ar)	secretary
rit·fanga·verslun/ *f* (-ar, -verslanir)	stationer's store
rok/ *n* (-s)	storm
rosalega *adv*	fantastically
róleg/ur *adj*	quiet, calm

rómantísk/ur *adj*	romantic
rusla·fat/a *f* (-fötu, -fötur)	waste basket
rúmgott *n adj* –> rúmgóður	
rúm·góð/ur *adj*	spacious
rúm/ur *adj*	more than
Rússland/ *n* (-s)	Russia
frá Rússlandi	from Russia
ræður –> ráða	
röndótt/ur *adj*	striped
sadd/ur *adj*	full
safn/ *n* (-s, söfn)	museum
sag/a *f* (sögu, sögur)	story
sagt –> segja	told
salat/ *n* (-s, salöt)	salad
salt/ *n* (-s)	salt
sama *adv*	the same
mér er (alveg) sama	I don't care, I do not mind at all
saman *adv*	together
vera saman	being together, going out together
samband/ *n* (-s, sambönd)	connection, contact
ég gef þér samband	I put you through to
ég hef samband	I will be in touch
höfum samband	let's keep in touch
sameiginleg/ur *adj*	shared
samhrygg-j/ast *v* (samhryggist; samhryggðist, samhryggst) (*dat*)	express sympathy for somebody
ég samhryggist þér	I am so sorry, my condolences (formal)
samlok/a *f* (-u, -ur)	sandwich
samþykk/ur *adj*	agreed
samþykkt	it's deal
sannarlega *adv*	truly, really
sá *pron*	the
segið –> segja	
segir –> segja	
segirðu –> segja	
seg-j/a *v* (segi; sagði, sagt) (*dat-acc*)	say, tell
hvað segir þú!	really!
hvað segir þú?	pardon, excuse me, what did you say?
hvað segir þú (gott)?	how are you?
ég segi allt gott	I'm fine
hvað ertu að segja!	really!
sein/n *adj*	late
hann kom seint	
hann kom of seint	
hann var seinn	
sem *conj*	which
send/a *v* (sendi; sendi, sent) (*dat-acc*)	send
september/ *m indecl*	September
set-j/a *v* (set; setti, sett) (*acc*)	put
sex *num*	six
sex ára	six years old
um sexleytið	at about six
sextíu *num*	sixty
sérstaklega *adv*	especially
sig *pron*	oneself (himself, herself, itself, themselves)

sigling/ *f* (-ar, -ar) (sigling, siglingu, siglingu, siglingar; siglingar, siglingar, siglingum, siglinga) — sailing
fara í siglingu — go sailing
sinn *pron* — his
síðan *conj* — since
síðast/ur *adj* — last
síð/ur *adj* — long
síma·skrá/ *f* (-r, -r) (-skrá, -skrá, -skrá, -skrár; skrár, skrár, skrám, skráa) — the telephone book
sím/i *m* (-a, -ar) — telephone
hvað er síminn hjá þér? — what is your telephone number?
(upplýsingar) í síma — (for information) call
sít/t *n adj* —> síður
sjaldan *adv* — seldom
sjá/ *v* (sé, sérð, sér; sá, sáum, séð) (*acc*) — see
sjáðu — look
sjáumst — see you
gaman að sjá þig — nice to se you
sjálfsagt *adv* — of course
sjálf/ur *pron* — on my own
sjáumst —> sjá — see you
sjóð/a *v* (sýð; sauð, suðum, soðið) (*acc*) — boil
sjón·varp/ *n* (-s, sjónvörp) — television
í sjónvarpinu — on T.V., on the telly
sjó·stanga·veið/i *f* (-, -ar) —> veiði — sea-angling
sjö *num* — seven
um sjöleytið — at about seven
skal —> skulu
skammt/ur *m* (-s, -ar) — portion
skap/ *n* (-s) — mood
vera í góðu skapi — be in good mood
skell/a *v* (skelli; skellti, skellt) (*dat*) — slam
skella sér — hurry
skemmtileg/ur *adj* — amusing
skemmtun *f* (-ar, skemmt- anir) — enjoyment, amusement
góða skemmtun! — have a good time!
skip·stjór/i *m* (-a, -ar) — captain
skipti·nem/i *m* (-a, -ar) — exchange student
skíða·mað/ur *m* (-manns, -menn) —> maður — skier
skíð/i *n* (-s, -) — ski
fara á skíði — go skiing
skín/a *v* (skín, -, skín; skein, skinum, skinið) — shine
sko! *interj* — you see!; you know!
ég ætla sko — I will definitely
skoða/ *v* (skoða; skoðaði, skoðað) (*acc*) — look
skoðaðu — look at
skola/ *v* (skola; skolaði, skolað) (*acc*) — rinse
skosk/a *f* (-u) — Scottish (language)
skosk/ur *adj* — Scottish
skóla·félag/i *m* (-a, -ar) — schoolmate
skóla·task/a *f* (-tösku, -töskur) — school bag, satchel
skól/i *m* (-a, -ar) — school
skrepp/a *v* (skrepp; skrapp, skruppum, skroppið) — go on a short trip, go for a moment
skrifa/ *v* (skrifa; skrifaði, skrifað) (*acc*) — write
skrítið *n adj* —> skrítinn
skrítin/n *adj* — strange, weird
skul/u *v* (skal, skalt, skal) — will
ég skal — I can
skyrt/a *f* (-u, -ur) — shirt
slappa/ *v* (slappa; slappaði, slappað)
slappa af — relax
slökk-v/a *v* (slekk; slökkti, slökkt) (*acc*) — turn off
smá *adv* — a little
smekk/ur *m* (-s) — taste
smið/ur *m* (-s, -ir) (smiður, smið, smiði, smiðs; smiðir, smiði, smiðum, smiða) — carpenter
sniðug/ur *adj* — clever, funny, cunning
þetta er ekkert sniðugt — this is not a good idea, this doesn't really work/go
snjó/r *m* (-s) — snow
sof/a *v* (sef; svaf, sváfum, sofið) — sleep
fara að sofa — go to bed
sonur *m* (sonar, synir) (sonur, son, syni, sonar; synir, syni, sonum, sona) — son
sóf/i *m* (-a, -ar) — sofa
sól/ *f* (-ar, -ir) — sun
sólar·hring/ur *m* (-s, -ar) — 24 hours
allan sólarhringinn — around the clock
sól·skin/ *n* (-s) — sunshine
sós/a *f* (-u, -ur) — sauce
brún sósa — gravy
Spán/n *m* (-ar) — Spain
frá Spáni — from Spain
spenn/a *f* (-u, -ur) — excitement
spennu·mynd/ *f* (-ar, -ir) — thriller
spennu·trylli/r *m* (-s, -ar) — thriller
spila/ *v* (spila; spilaði, spilað) (*acc*) — play
spila·tím/i *m* (-a, -ar) — music lesson
spól/a *f* (-u, -ur) — video tape
sprenghlægileg/ur *adj* — very funny
spring/a *v* (spring; sprakk, sprungum, sprungið) — burst, crack
ef það springur á bílnum — if the car has a flat tire
spurning/ *f* (-ar, -ar) (spurning, spurningu, spurningu, spurningar; spurningar, spurningar, spurningum, spurninga) — question

spurning dagsins	today's question
spurt –> spyrja	asked
spyr-j/a *v* (spyr, spyrð, spyr; spurði, spurt) (*acc-gen*)	ask
stað/ur *m* (-ar, -ir) (staður, stað, stað, staðar; staðir, staði, stöðum, staða)	place
fara af stað	set off
stand/a *v* (stend; stóð, stóðum, staðið)	stand
stekk –> stökkva	
stelp/a *f* (-u, -ur)	girl
stendur –> standa	
stig/ *n* (-s, -)	degree
stíg/ur *m* (-s, -ar)	path
stof/a *f* (-u, -ur)	living room
stoppa/ *v* (stoppa; stoppaði, stoppað) (*acc*)	stop
stól/l *m* (-s, -ar)	chair
stór/ *adj*	big
stórborg/ *f* (-ar, -ir)	big city
stórbrotin/n *adj*	magnificent
stórkostleg/ur *adj*	great
strand·lengj/a *f* (-u, -ur)	coastline
strax *adv*	right away, immediately
strák/ur *m* (-s, -ar)	boy
stræti/ *n* (-s, -)	street
strætó/ *m* (-s, -ar)	bus
stundum *adv*	sometimes
sturt/a *f* (-u, -ur)	shower
fara í sturtu	have/take a shower
stutt/ur *adj*	short
stökk-v/a *v* (stekk; stökk, stukkum, stokkið)	jump, go
suður *adv*	south
sumar/ *n* (-s, sumur) (sumar, sumar, sumri, sumars; sumur, sumur, sumrum, sumra)	summer
í allt sumar	the whole summer
í sumar	last/this summer
á sumrin	in the summertime
sumar·bústað/ur *m* (-ar, -ir)	summer house
sumar·dag/ur *m* –> dagur	summer day
sumardagurinn fyrsti	first day of summer
sumar·frí/ *n* (-s, -)	summer holiday
sumarleg/ur *adj*	summery, bright
sund/ *n* (-s)	swimming
fara í sund	go swimming
sund·laug/ *f* (-ar, -ar) (-laug, -laug, -laug, -laugar; -laugar, -laugar, -laugum, lauga)	swimming pool
sunnu·dag/ur *m* (-s, -ar)–> dagur	Sunday
á sunnudaginn	last/next Sunday
á sunnudögum	on Sundays
súp/a *f* (-u, -ur)	soup
svang/ur *adj*	hungry
svara/ *v* (svara; svaraði, svarað) (*dat*)	answer, reply

svart/ur *adj*	black
svefn·herbergi/ *n* (-s, -)	bedroom
sveit/ *f* (-ar, -ir)	countryside
Svíþjóð/ *f* (-ar)	Sweden
frá Svíþjóð	from Sweden
svo *adv*	so
svolítið *adv*	a bit, a little
svörtum *adj* –> svartur	
syfjað/ur *adj*	sleepy
syng-j/a *v* (syng; söng, sungum, sungið) (*acc*)	sing
systir/ *f* (systur, systur) (systir, systur, systur, systur; systur, systur, systrum, systra)	sister
systkini/ *n* (-s, -)	brother(s) and sister(s)
systur –> systir	
sýn/a *v* (sýni; sýndi, sýnt) (*dat-acc*)	show
sæl/l *adj*	happy, blessed, hi, goodbye
komdu sæll	hello, hi, how do you do?
vertu sæll	goodbye
sæll	hi
(komdu) sæll og blessaður	how do you do?
sænsk/a *f* (-u)	Swedish (language)
sænsk/ur *adj*	Swedish
sæt/ur *adj*	pretty, cute
sömuleiðis *adv*	you too, likewise, also, ditto
tak/a *v* (tek; tók, tókum, tekið) (*acc*)	take
taka við	receive, take
takk *interj*	thank you
takk fyrir mig	thanks for the meal
takk fyrir síðast	it was lovely/great seeing you last night/last week/at the cinema
tala/ *v* (tala; talaði, talað)	speak, talk
tala við (*acc*)	talk to
tala saman	talk together
tann·lækni/r *m* (-s, -ar)	dentist
tekið –> taka	
tekur –> taka	
tennur –> tönn	
til *prep* (*gen*)	to; until
til dæmis	for example
er ekki til?	is there any?
til klukkan sjö	until seven
til (þess) að *conj*	in order to, so that
tilbúin/n *adj*	ready
tím/i *m* (-a, -ar)	appointment, time
tíu *num*	ten
tjald·stæði/ *n* (-s, -)	camp-site
tón·leik/ar *m plur*	concert
tón·list/ *f* (-ar)	music
hann er í tónlist	he is a musician
traust/ur *adj*	reliable
trefil/l *m* (-s, -ar)	scarf
trú/a *v* (trúi; trúði, trúað) (*dat*)	believe
tungu·mál/ *n* (-s, -)	language

tuttugu *num*	twenty
tveggja –> tveir	
tveir *m num*	two
tvo –> tveir	
tvær *f num* –> tveir	
tvö *n num* –> tveir	
tökum –> taka	let's take
tölum –> tala	
tölv/a *f* (-u, -ur)	computer
tölvupóst/ur *m* (-s)	e-mail
tönn *f* (tannar, tennur) (tönn, tönn, tönn, tannar; tennur, tennur, tönnum, tanna)	tooth
um *prep* (*acc*)	about; around
umsókn/ *f* (-ar, -ir)	application
unglinga·vinn/a *f* (-u)	summer job for teenagers
ung/ur *adj*	young
upp *adv*	up
fara upp	go upstairs
upphaf/ *n* (-s)	beginning
uppi *adv*	upstairs
upplýsingar *f plur*	information
upptekin/n *adj*	busy
utan *adv*	outside
úlp/a *f* (-u, -ur)	winter jacket, parka
úr *prep* (*dat*)	from
úrræðagóð/ur *adj*	inventive
út *adv*	out
út af *prep* (*dat*)	because of
útileg/a *f* (-u, -ur)	camping
útlönd *n plur* (-landa)	foreign country
fara til útlanda	go abroad
útsýnis·ferð/ *f* (-ar, -ir)	sight-seeing tour
vagg/a *f* (vöggu, vöggur)	cradle
vanta/ *v impers* (mig vantar; vantaði, vantað) (*acc*)	want, need
van/ur *adj*	used to
var –> vera	was
varla *adv*	hardly
varlega *adv*	carefully, cautiously
farðu varlega	take care
vaska/ *v* (vaska; vaskaði, vaskað) (*acc*)	wash
vaska upp	do the dishes
vá! *interj*	wow!
veður/ *n* (-s, -)	weather
veðrið	the weather
vegna *prep* (*gen*)	because of
mín vegna	for my; on my account
veg/ur *m* (vegar/vegs, vegir)	road, street
veið/a *v* (veiði; veiddi, veitt) (*acc*)	fish
veið/i *f* (-, -ar) (veiði, veiði, veiði, veiðar/veiði; veiðar, veiðar, veiðum, veiða)	fishing
veisl/a *f* (-u, -ur)	party
veistu? –> vita	do you know?
veit –> vita	

veitinga·stað/ur *m* (-ar, -ir)	restaurant
vek-j/a *v* (vek; vakti, vakið) (*acc*)	wake up
vel *adv*	well
velkomin/n *adj*	welcome
vertu velkominn	welcome
ver/a *v* (er, ert, er; var, vorum, verið)	be, stay
vera í gallabuxum	wear jeans
vera heima	stay home
verð/a *v* (verð; varð, urðum, orðið) become; must; will; stay	
verði þér að góðu	bon appetit
verk·fræðing/ur *m* (-s, -ar)	engineer
vertu –> vera	
vesen/ *n* (-s)	trouble
en það vesen!	what a mess!
vestur *adv*	west
fyrir vestan	in the west
vettling/ur *m* (-s, -ar)	mitten
vetur/ *m* (vetrar, vetur) (vetur, vetur, vetri, vetrar; vetur, vetur, vetrum, vetra)	winter
á veturna	in the winter
vél'virk/i *m* (-ja, -jar)	mechanic
við *prep (acc)*	with, to, at
alveg við	very close to
við hliðina á *prep* (*dat*)	beside
vik/a *f* (-u, -ur)	week
vil –> vilja	
vil-j/a *v* (vil, vilt, vill; vildi, viljað) (*acc*)	want, wish, will
viltu? –> vilja	do you want?
vin/a *f* (-u, -ur)	dear
vinan, vina mín	my dear
vingjarnleg/ur *adj*	friendly
vin·kon/a *f* (-u, -ur) *gen plur* vinkvenna	(female) friend
vinn/a *f* (-u)	work
í vinnunni	at work
vinn/a *v* (vinn; vann, unnum, unnið) (*acc*)	work
vin/ur *m* (vinar, vinir) (vinur, vin, vini, vinar; vinir, vini, vinum, vina)	friend; my dear
virkilega *adv*	really
viss/ *adj*	sure
vit/a *v* (veit, veist, veit; vissi, vissum, vitað) (*acc*)	know
ég veit það ekki	I don't know
hver veit?	who knows?
víða *adv*	in many places
voða *adv*	very
vona/ *v* (vona; vonaði, vonað)	hope
vond/ur *adj*	bad
vor/ *n* (-s, -)	spring
væn/n *adj*	kind, good
væri –> vera	were
værir –> vera	were
vöggu –> vagga	

yfir *prep* (*acc/dat*)	over, past
ykkur –> þið	
yndisleg/ur *adj*	wonderful
yngri *adj* –> ungur	younger
yngst *adj* –> ungur	youngest
ys og þys	noise
það *n pron*	it
þakka/ *v* (þakka; þakkaði, þakkað) (*dat-acc*)	thank
þann –> sá	
þar *adv*	there
þarf –> þurfa	
þarna *adv*	there
þau *n pron*	they
þá *adv*	then
þá –> sá	
þegar *conj*	when
þeim –> þeir, þær, þau	
þeir *m pron*	they
þekkir –> þekkja	
þekk-j/a *v* (þekki; þekkti, þekkt) (*acc*)	know
þess –> það	
þess vegna *conj*	that is why
þessi *m/f pron*	this
þetta *n pron* –> þessi	this
þér –> þú	
þið *pron*	you
þig –> þú	
þinn *m pron*	your
þinn Marco	your Marco
þitt *n pron* –> þinn	
þín *f pron* –> þinn	
þó *adv*	still, yet
þótt *conj*	even though
þreytt/ur *adj*	tired
þriðju·dag/ur *m* (-s, -ar) –> dagur	Tuesday
á þriðjudaginn	last/next Tuesday
á þriðjudögum	on Tuesdays
þriggja –> þrír	
þrisvar *adv*	three times
þrisvar í viku	three times a week
þrír *m num*	three
þrjár *f num* –> þrír	
þrjú *n num* –> þrír	
þurf/a *v* (þarf, þarft, þarf; þurfti, þurft) (*acc/gen*)	have to; need
þurr/ *adj*	dry
þurrka/ *v* (þurrka; þurrkaði, þurrkað) (*acc*)	dry
þurrkar/i *m* (-a, -ar)	dryer
þú *pron*	you
því –> það	
því miður	unfortunately
þvo/ *v* (þvæ, þværð, þvær; þvoði, þvegið) (*acc/dat*)	wash
þvo þvott	do the laundry
þvotta·hús/ *n* (-s, -)	laundry room
þvotta·vél/ *f* (-ar, -ar) (-vél, -vél, vél, -vélar; -vélar, -vélar, -vélum, -véla)	washing machine
þvott/ur *m* (-s)	laundry
þyk-j/a *v impers* (mér þykir; þótti, þótt)	feel, like
mér þykir vænt um	I am fond of, I love
þykk/ur *adj*	thick
þys –> ys	
þýsk/a *f* (-u)	German (language)
þýsk/ur *adj*	German
þær *f pron*	they
æ! *interj*	oh!
æðislega *adj*	very much
æf/a *v* (æfi; æfði, æft) (*acc*)	practice
æfa sig	practice
ætla/ *v* (ætla; ætlaði, ætlað)	intend
ætlarðu? –> ætla	do you intend?
öðruvísi *adv*	different
allt öðruvísi	completely different
öhhh! *interj*	uh!
öld/ *f* (aldar, aldir)	century
öll *f pron* –> allur	
örugglega *adv*	certainly, definitely

Grammar

Introduction

In this introduction to grammar we will stick to basics. We will show the regular and the most common forms in the grammar to explain the major points. The rules given here are main rules only and are not without exceptions.

Icelandic is an inflectional language. All nouns (including names), adjectives, numerals (1-4), the definite article, and pronouns decline (inflect). Several grammatical categories are involved in the inflection: gender (masculine, feminine and neuter), number (singular and plural) and case (nominative, accusative, dative and genitive). When a word declines it changes shape: the endings may change, e.g. *stelpa* (nominative), *stelpu* (accusative) and sometimes also the stem of the word, e.g. *gata* (nominative), *götu* (accusative).

Verbs conjugate in three persons (1st person (*ég* I), 2nd person (*þú* you) and 3rd person (*hann, hún, það* he, she, it)), two numbers (singular and plural) and two tenses (present and past). Verbs control the case of the nouns following them. Verbs are associated with particular cases and they always assign the same case. When you learn a new verb also learn which case it takes, e.g. *borða* (+acc.) eat:

Ég	*borða* (+acc.)	fisk (acc.)
I	eat	fish

Verbs are either strong (irregular) or weak (regular). There are several groups of verbs in each category. The past tense of strong verbs involves vowel shift, e.g. *fara* (infinitive) go:

Ég	*fór* (1. p. sing. past)
I	went

The past tense of weak verbs is formed with a suffix, e.g. *borga* (infinitive) pay:

Ég	*borga-ð-i* (1. p. sing. past) (*-ð-* is here the past tense suffix)
I	paid

Prepositions express relations and they also control the case of the following noun, e.g. *um* (+acc.) about and *frá* (+dat.) from:

Gjöfin	*er*	*frá* (+dat.)	*þér* (dat.)
The present	is	from	you

1 Learn by heart!

1.1 Personal pronouns

Here we have the paradigm for personal pronouns in all persons, singular and plural and in genders in the 3rd person. It is necessary to learn this by heart:

		1. p.	2. p.	3. p.		
				masculine	feminine	neuter
sing.	nominative	ég	þú	hann	hún	það
	accusative	mig	þig	hann	hana	það
	dative	mér	þér	honum	henni	því
	genitive	mín	þín	hans	hennar	þess
plur.	nominative	við	þið	þeir	þær	þau
	accusative	okkur	ykkur	þá	þær	þau
	dative	okkur	ykkur	þeim	þeim	þeim
	genitive	okkar	ykkar	þeirra	þeirra	þeirra

1.2 A few common verbs

Verbs in the present tense: *tala* talk, *heita* be called, and *taka* take, together with personal pronouns. Learn this by heart:

sing.	1. p. ég	tala	heiti	tek
	2. p. þú	talar	heitir	tekur
	3. p. hann	talar	heitir	tekur
plur.	1. p. við	tölum	heitum	tökum
	2. p. þið	talið	heitið	takið
	3. p. þeir	tala	heita	taka

The verbs *vera* be, *eiga* have and *vilja* want, are irregular. Learn them by heart!

sing.	1. p. ég	er	á	vil
	2. p. þú	ert	átt	vilt
	3. p. hann	er	á	vill
plur.	1. p. við	erum	eigum	viljum
	2. p. þið	eruð	eigið	viljið
	3. p. þeir	eru	eiga	vilja

2 Gender

There are three genders in Icelandic; masculine, feminine, and neuter. Nouns, the definite article, adjectives and the personal pronouns (the 3rd person) decline in gender. Gender is a grammatical category. Sometimes the grammatical and the natural gender are the same. Almost all words that refer to men are masculine, e.g. *maður* a man, *strákur* a boy. Many words that refer to women are feminine, e.g. *kona* a woman, *stelpa* a girl. Here grammatical and natural gender are the same. But this is not always true:

Kennarinn (masc.)	*er*	*glaður* (masc.)
The teacher	is	happy
Löggan (fem.)	*er*	*góð* (fem.)
The cop	is	good

In these examples the grammatical gender of the noun can be different from natural gender if the teacher is a woman and the cop is a man. You can see this by looking at the adjectives *glaður* (masc.) and *góð* (fem.). In Icelandic the adjective has to agree in gender with the noun it refers to. The adjectives here get the grammatical gender of the nouns they refer to, *kennarinn* (masc.) and *löggan* (fem.). The grammatical gender wins!

Gender does not depend on the meaning of words and we use masculine and feminine pronouns (*hann* he, *hún* she) as well as neuter (*það* it) to refer to things (objects):

Þetta	*er*	*stóll* (masc.)	*Hann*	*er*	*fallegur*
			he (chair-the)	is	beautiful
This	is	a chair	It (the chair)	is	beautiful
Þetta	*er*	*bók* (fem.)	*Hún*	*er*	*skemmtileg*
			she (book-the)	is	amusing
This	is	a book	It (the book)	is	amusing

2.1 Nouns

Every noun has a gender that does not change. It is necessary to know the gender of a noun to be able to use it correctly and decline it. It is not obvious, for instance, that the words *tjörn* (a pond) and *gata* (a street) are feminine and the words *stóll* (a chair) and *diskur* (a dish) are masculine or that the words *barn* (a child) and *fólk* (people) are neuter. So gender has little to do with the meaning of the words. Word endings, however, often provide a clue[1] to grammatical gender:

1 If your native language is a Scandinavian language you can use that to help you work out the gender. The Scandinavian languages (incl. Icelandic) have many words in common and they almost always belong to the same gender. This is especially useful

- A noun that ends with *-a* in the nominative singular is almost always a feminine word, e.g. *stelp/a* a girl, *klukk/a* a clock, *kis/a* a cat, *gat/a* a street, *vik/a* a week.
- A noun that ends with *-ur* in the nominative singular is almost always masculine, e.g. *strák/ur* a boy, *ost/ur* cheese, *hest/ur* a horse.
- A noun that ends in *-i* is either masculine, e.g. *penn/i* a pen, *glugg/i* a window, *sím/i* a phone, *bank/i* a bank, or neuter, e.g. *kaffi* coffee, *herbergi* a room, *handklæði* a towel. In the masculine words, the *-i* is an ending but in the neuter it is a part of the stem. So these neuter words have no ending and belong with the other neuter words with no ending, e.g. *barn* a child, *hús* a house.
- A word that has no ending in the nominative singular is either neuter,[2] e.g. *brauð* bread, *borð* a table, *sjónvarp* television, *hús* a house, or feminine, e.g. *mynd* a photo, *mjólk* milk, *borg* a city, *gjöf* a present.

Stems and endings

How to recognise the stem of a noun and its endings.

The stem is the part of the word that remains unchanged throughout the paradigm:

sing.	nom.	strák-ur
	acc.	strák-
	dat.	strák-
	gen.	strák-s
plur.	nom.	strák-ar
	acc.	strák-a
	dat.	strák-um
	gen.	strák-a

- The endings are the parts that change in the paradigm, see above. In dictionaries you get information regarding the stem and the endings, e.g. *stof/a* f (-u, -ur) a living room. The stem is *stof-* and the ending in the nominative singular is *-a*. Another example is *hund/ur* m (-s, -ar) a dog. The stem is *hund-* and the ending in the nominative singular is *-ur*.

if you need to distinguish between neuter and feminine words which have no ending, e.g. *barn* a child, is neuter in all Scandinavian languages as is *hús* a house. But *mús* a mouse is not neuter in any Scandinavian language and in Icelandic it is feminine.

2 In one syllable words (words with one vowel) with no ending the gender is either neuter or feminine. If the stem vowel is *-a-* the word is neuter, e.g. *land, barn, blað* etc. This rule is quite strong, e.g. the word *fjall* a mountain, has an ending that looks masculine (e.g. masculine nouns like *stól/l* a chair, *bíl/l* a car) but the stem vowel is *-a-* so it is neuter. If the stem vowel is *-ö-* the word is most likely to be feminine, e.g. *gjöf* a present, *tjörn* a pond and *höfn* a harbour (exceptions to this rule are neuter words like *kjöt* meat and *smjör* butter).

In the examples above there is information regarding the declension of the nouns, e.g. *stof/a* **f** (**-u, -ur**) a living room. The gender of the word is given: **f** stands for feminine, **-u** is the ending in the genitive singular and **-ur** is the ending in the nominative plural. All nouns that have **f** (**-u, -ur**) in the dictionary decline the same way. With this information you should be able to decline the word correctly.

Vowel shift Θ

U-umlaut is one kind of vowel shift in Icelandic. The main rule for u-umlaut is that when *-a-* is the vowel in the stem it changes to *-ö-* if *-u-* is the vowel in the next syllable; a —> ö /__-u. This rule applies to nouns, adjectives and verbs:

flask/a	*flösk/ur*
a bottle	bottles

Ég	*baka*	*Við*	*bökum*
I	bake	We	bake

Bréfið	*er*	*langt*	*Þessi*	*löngu*	*bréf*
The letter	is	long	These	long	letters

There is one exception to this rule: in the nominative singular masculine (nouns and adjectives) we never get vowel shift even when *-u-* is in the next syllable to *-a-*, e.g. words like *maður* a man, *dagur* a day, *latur* lazy.

In unstressed syllables the u-umlaut is slightly different: *-a-* shifts to *-u-*, e.g. *verslan-ir* stores (nom. plur.) – *verslun-um* (dat. plur.), *borga-ði* paid (1. p. sing. past.) – *borgu-ðum* (1. p. plur. past).

Sometimes the u-umlaut occurs in words with no ending. Those words are neuter and always have *-a-* in the stem in the singular which shifts to *-ö-* in the plural,[3] e.g. *barn-* a child, *börn-* children, *glas-* a glass, *glös-* glasses.

The explanation for this is historical: once there used to be a *-u-* ending that caused the umlaut in those words. The ending has disappeared but the umlaut is still there. It is impossible to see, by looking at the word, whether there should be an umlaut there or not, since there is no ending. The best way is to learn where the umlaut occurs, in what groups, what cases etc. To help you do this, we will put in a special symbol, Θ, where the u-umlaut occurs in words with no ending. Note that the dictionary does not distinguish between a word having no ending but taking umlaut, and a word having no ending and not taking umlaut. Both are marked simply as -ø or -. Here we will use - to indicate no ending.

3 Some feminine words shift between singular and plural as well, but in those words the *-ö-* (or *-u-* if the syllable is unstressed) is in the singular and *-a-* in the plural, e.g. *gjöf-* a present, *gjaf-ir* presents, *verslun-* a store, *verslan-ir* stores. The shift in words with -jö- in the stem (e.g. gjöf) is actually not u-umlaut but for simplification we will use the same symbol Θ.

Groups of nouns

In Icelandic the nouns are divided into six main classes. They are:

masculine	feminine	neuter
1 m (-a, -ar) penn-i	3 f (-u, -ur) stelp-a	5 n (-a, -u) aug-a[4]
2 m (-s, -ar) strák-ur[5]	4 f (-ar, -ir) mynd-[6] gjöf- Θ	6 n (-s, -) brauð- epli-

A few words that belong to the groups above:

1 m (-a, ar) Masculine words ending in *-i* in the nominative singular:

afi granddad/grandfather
appelsínusafi orange juice
banki a bank
bolli a cup
framhaldsskóli high school
gluggi a window
grunnskóli elementary school
jakki a jacket
kafli a chapter
kennari a teacher
lampi a lamp
leikskóli kindergarten
pabbi Dad/father
penni a pen
poki a bag
sími a phone
skiptinemi an exchange student
skóli a school
sófi a sofa

2 m (-s, -ar) Masculine words ending in *-ur* (*-l* and *-n*) in the nominative singular:

bíll a car
dagur a day
diskur a dish
fiskur a fish
gangur a corridor
hestur a horse
hnífur a knife
ísskápur a refrigerator
kjóll a dress
kjúklingur a chicken
ostur cheese
peningur money
skápur a cupboard
steinn a stone
stóll a chair
strákur a boy

3 f (-u, -ur) Feminine words ending in *-a* in the nominative singular:

amma granny/grandmother
appelsína an orange
ferðaskrifstofa a travel agency
fjölskylda a family
flaska a bottle
kisa a cat
klukka a clock
kona a woman
króna a crown (the Icelandic unit of currency)
skyrta a shirt
stelpa a girl
stofa a living room
taska a handbag
tölva a computer

4 This is a very small group of neuter words that end in *-a* in the nominative singular; *lunga* a lung, *eyra* an ear, *hjarta* a heart. We will not discuss this group further here.
5 The following also belong to this second group (*-n*, *-l* and *-r* are endings for the nominative singular, just like *-ur*): *stein-n* a stone, *stól-l* a chair, *lækni-r* a doctor and *skó-r* a shoe.
6 - means no ending.

frænka aunt/niece	*kæfa* paté	*úlpa* a winter jacket
gata a street	*mamma* Mum/mother	*vinkona* a female friend
Ítalía Italy	*peysa* a sweater	*vika* a week
kápa a coat	*pítsa* a pizza	
	samloka a sandwich	

4 f (-ar, -ir) Feminine words with no ending, -, in the nominative singular. Pay attention to the u-umlaut Θ:

borg a city	*gjöf* Θ a present	*sveit* a region
búð a shop	*mjólk* milk	*tjörn* Θ a pond
ferð a trip	*rós* a rose	*þjóð* a nation

5 n (-a, -u) Neuter words ending in *-a* in the nominative singular:

auga an eye	*eyra* an ear	*hjarta* a heart

6 n (-s, -) Neuter words with no ending (-):

ár a year	*frímerki* a stamp	*nesti* a packed lunch
baðherbergi a bathroom	*glas* a glass	*rúm* a bed
barn a child	*herbergi* a room	*safn* a museum
blað a sheet of paper	*hús* a house	*sjónvarp* television
borð a table	*kaffi* coffee	*smjör* butter
brauð a loaf of bread	*kjöt* meat	*súkkulaði* chocolate
bréf a letter	*kornflex* cornflakes	*systkini* a brother and/or sister
eldgos a volcanic eruption	*kort* a map	*svefnherbergi* a bedroom
eldhús a kitchen	*kvöld* an evening/night	*veski* a wallet
epli an apple	*land* a country	*vín* wine
fjall a mountain		

2.2 The definite article

The definite article is a clitic (which is attached to the end of a word), not a separate word as in English:

hús-ið	*hestur-inn*
house-the	horse-the
the house	the horse

There is no indefinite article in Icelandic. An indefinite word simply occurs as it is without an article, e.g. *hús* a house, *hestur* a horse. The definite article is different for each gender:

masculine	feminine	neuter
-(i)nn	-(i)n	-(i)ð

Note also that when the noun ends in a vowel the *-i-* of the article disappears:

1 penni-**nn**	3 stelpa-**n**	5 auga-**ð**
2 strákur-**inn**	4 mynd-**in**	6 brauð-**ið** epli-**ð**

A list with a few indefinite and definite nouns:

1 m (-a, ar)

INDEFINITE NOUNS	DEFINITE NOUNS
afi granddad/grandfather	*afinn* the granddad/the grandfather
appelsínusafi orange juice	*appelsínusafinn* the orange juice
banki a bank	*bankinn* the bank
bolli a cup	*bollinn* the cup
framhaldsskóli a high school	*framhaldsskólinn* the high school
gluggi a window	*glugginn* the window
grunnskóli a elementary school	*grunnskólinn* the elementary school
jakki a jacket	*jakkinn* the jacket
kafli a chapter	*kaflinn* the chapter
kennari a teacher	*kennarinn* the teacher
lampi a lamp	*lampinn* the lamp
leikskóli a kindergarten	*leikskólinn* the kindergarten
pabbi father	*pabbinn* the father
penni a pen	*penninn* the pen
poki a bag	*pokinn* the bag
sími a phone	*síminn* the phone
skiptinemi an exchange student	*skiptineminn* the exchange student
skóli a school	*skólinn* the school
sófi a sofa	*sófinn* the sofa

2 m (-s, -ar)

bíll a car	*bíllinn* the car
dagur a day	*dagurinn* the day
diskur a dish	*diskurinn* the dish
fiskur a fish	*fiskurinn* the fish
gangur a corridor	*gangurinn* the corridor
hestur a horse	*hesturinn* the horse
hnífur a knife	*hnífurinn* the knife
ísskápur refrigerator	*ísskápurinn* the refrigerator

kjóll a dress	*kjóllinn* the dress
kjúklingur a chicken	*kjúklingurinn* the chicken
ostur cheese	*osturinn* the cheese
peningur money	*peningurinn* the money
skápur a cupboard	*skápurinn* the cupboard
steinn a stone	*steinninn* the stone
stóll a chair	*stóllinn* the chair
strákur a boy	*strákurinn* the boy

3 f (-u, -ur)

amma granny/grandmother	*amman* the granny/the grandmother
appelsína an orange	*appelsínan* the orange
ferðaskrifstofa a travel agency	*ferðaskrifstofan* the travel agency
fjölskylda a family	*fjölskyldan* the family
frænka aunt/niece	*frænkan* the aunt/the niece
flaska a bottle	*flaskan* the bottle
gata a street	*gatan* the street
kápa a coat	*kápan* the coat
kisa a cat	*kisan* the cat
klukka a clock	*klukkan* the clock
kona a woman	*konan* the woman
króna a crown	*krónan* the crown
kæfa a paté	*kæfan* the paté
mamma mother	*mamman* the mother
peysa a sweater	*peysan* the sweater
pítsa a pizza	*pítsan* the pizza
samloka a sandwich	*samlokan* the sandwich
skyrta a shirt	*skyrtan* the shirt
stelpa a girl	*stelpan* the girl
stofa a living room	*stofan* the living room
taska a handbag	*taskan* the handbag
tölva a computer	*tölvan* the computer
úlpa a winter jacket	*úlpan* the winter jacket
vinkona a female friend	*vinkonan* the female friend
vika a week	*vikan* the week

4 f (-ar, -ir)

borg a city	*borgin* the city
ferð a trip	*ferðin* the trip
gjöf ʘ a present	*gjöfin* ʘ the present
mjólk milk	*mjólkin* the milk
rós a rose	*rósin* the rose
sveit a region	*sveitin* the region
tjörn ʘ a pond	*tjörnin* ʘ the pond
þjóð a nation	*þjóðin* the nation

5 n (-a, -u)

auga an eye	*augað* the eye
eyra an ear	*eyrað* the ear
hjarta a heart	*hjartað* the heart

6 n (-s, -)

ár a year	*árið* the year
baðherbergi a bathroom	*baðherbergið* the bathroom
barn a child	*barnið* the child
blað a sheet of paper	*blaðið* the sheet of paper
borð a table	*borðið* the table
brauð a loaf of bread	*brauðið* the loaf of bread
bréf a letter	*bréfið* the letter
eldgos a volcanic eruption	*eldgosið* the volcanic eruption
eldhús a kitchen	*eldhúsið* the kitchen
epli an apple	*eplið* the apple
fjall a mountain	*fjallið* the mountain
frímerki a stamp	*frímerkið* the stamp
glas a glass	*glasið* the glass
herbergi a room	*herbergið* the room
hús a house	*húsið* the house
kaffi coffee	*kaffið* the coffee
kjöt meat	*kjötið* the meat
kornflex cornflakes	*kornflexið* the cornflakes
kort a map	*kortið* the map
kvöld an evening/night	*kvöldið* the evening/night
land a country	*landið* the country
nesti a packed lunch	*nestið* the packed lunch
rúm a bed	*rúmið* the bed
safn a museum	*safnið* the museum
sjónvarp television	*sjónvarpið* the television
smjör butter	*smjörið* the butter
súkkulaði a chocholate bar	*súkkulaðið* the chocolate bar
systkini a sibling	*systkinið* the sibling
svefnherbergi a bedroom	*svefnherbergið* the bedroom
veski a wallet	*veskið* the wallet
vín wine	*vínið* the wine

2.3 Adjectives

Adjectives are more flexible than nouns in that they can occur in all three genders depending on the noun they modify or describe. Adjectives take the same gender as the noun. Adjectives decline in all three genders, two numbers and four cases.[7] Even

7 They also have a strong and a weak declension. The strong declension is the indefinite form of adjectives and modifies or describes an indefinite noun, e.g. *gulur bátur* a yellow boat. The weak declension is the definite form of adjectives and modifies or describes a definite noun, e.g. *guli bátur-inn* the yellow boat.

though we have different classes of nouns, the form of the adjective stays the same, that is: one form for each gender in the nominative singular:[8]

masculine		feminine		neuter	
lang-ur	1 penni	ʘ*löng-*	3 gata	*lang-t*	5 eyra
	2 bátur		4 mynd		6 epli

The stem of an adjective can be isolated by taking the nominative singular masculine and subtracting the ending (*-ur, -l, -n*), e.g. *gul-ur* yellow, *heil-l* whole, *hrein-n* clean. The endings are:

masculine	feminine	neuter
-ur	- ʘ	-t

masculine	feminine	neuter
gul-ur penni	*dugleg-* stelpa	*dugleg-t* barn
dugleg-ur strákur	*gul-* mynd	*gul-t* epli
lang-ur vegur	ʘ*löng-* leið	*lang-t* hlé

1. We always get a vowel shift in the feminine nominative singular when the stem vowel is *-a-* in the masculine in two syllable words. The neuter ending is *-t* and it is added to the stem of the word:

masculine	feminine	neuter
alvarleg-ur serious	*alvarleg*[9]	*alvarleg-t*
dugleg-ur hard working	*dugleg*	*dugleg-t*
falleg-ur beautiful	*falleg*	*falleg-t*
feit-ur fat	*feit*	*feit-t*
grann-ur slim	*grönn* ʘ	*grann-t*
gul-ur yellow	*gul*	*gul-t*
heit-ur hot	*heit*	*heit-t*
hvít-ur white	*hvít*	*hvít-t*
kát-ur joyful	*kát*	*kát-t*
lat-ur lazy	*löt* ʘ	*lat-t*
leiðinleg-ur boring	*leiðinleg*	*leiðinleg-t*

8 A few adjectives have no endings and do not change their form, e.g. *brosandi* smiling, *sofandi* asleep, *einmana*, lonely. These adjectives always end in a vowel.

9 We do not get u-umlaut here even though *-a-* is the stem vowel. The *-e-* in the third syllable blocks the umlaut. If there are other vowels in between the stem vowel and the *-u* or ʘ they block the vowel shift, e.g. *falleg-ur* is falleg in the feminine nominative singular. The *-u* or ʘ must be in the next syllable.

masculine	feminine	neuter
ljót-ur ugly	*ljót*	*ljót-t*
róleg-ur easy going	*róleg*	*róleg-t*
skemmtileg-ur funny	*skemmtileg*	*skemmtileg-t*
sæt-ur sweet	*sæt*	*sæt-t*

2. Adjectives with a stem that ends in *-n* or *-l* and get *-n* or *-l* endings in the masculine nominative singular:

masculine	feminine	neuter
brún-n brown	*brún*	*brún-t*
fín-n elegant; good	*fín*	*fín-t*
gamal-l old	*gömul* Θ	*gamal-t*
græn-n green	*græn*	*græn-t*
heil-l whole	*heil*	*heil-t*
hrein-n clean	*hrein*	*hrein-t*

3. If the stem ends with a vowel, the ending in the masculine singular is *-r*. In the neuter we get *-tt*:

masculine	feminine	neuter
blá-r blue	*blá*	*blá-tt*
grá-r grey	*grá*	*grá-tt*
mjó-r slim	*mjó*	*mjó-tt*
ný-r new	*ný*	*ný-tt*

4. If the stem ends with *-ð or -dd* the ending in the neuter is *-tt*:

masculine	feminine	neuter
glað-ur glad	*glöð* Θ	*glat-t*
góð-ur good	*góð*	*gott*[10]
hrædd-ur frightened	*hrædd*	*hræt-t*
rauð-ur red	*rauð*	*raut-t*

10 On the shift between o and ó see footnote 17.

5. If the stem ends with *-r* or *-s* there is no ending in the nominative singular masculine:

masculine	feminine	neuter
kurteis polite	*kurteis*	*kurteis-t*
ljós light	*ljós*	*ljós-t*
dýr expensive	*dýr*	*dýr-t*
stór big	*stór*	*stór-t*
vitlaus stupid; incorrect	*vitlaus*	*vitlaus-t*

6. If the stem of the adjective ends in *-Ct*, *-Cð* or *-Cd* (C means any consonant) the *-t* of the ending is dropped in the neuter.[11]

masculine	feminine	neuter
dökkhærð-ur darkhaired	*dökkhærð*	*dökkhært*
kald-ur cold	*köld* Θ	*kalt*
ljóshærð-ur blond	*ljóshærð*	*ljóshært*
svart-ur black	*svört* Θ	*svart*
vond-ur bad	*vond*	*vont*

2.4 Personal pronouns (singular)

The first and second person pronouns (*ég* I and *þú* you) do not decline in gender, but the third person pronoun (*hann* he, *hún* she or *það* it) does. You choose the third person pronoun according to the gender of the noun you are referring to:

Ég	*sá*	*bílinn* (masc.)	*í gær*	*Hann* (masc.)	*er*	*rauður*
I	saw	car-the	yesterday	He (the car)	is	red
I	saw	the car	yesterday	It	is	red
Ég	*sá*	*myndina* (fem.)	*í gær*	*Hún* (fem.)	*var*	*góð*
I	saw	film-the	yesterday	She (the film)	was	good
I	saw	the film	yesterday	It	was	good
Ég	*sá*	*barnið* (neuter)	*í gær*	*Það* (neuter)	*var*	*fallegt*
I	saw	child-the	yesterday	It (the child)	was	beautiful
I	saw	the child	yesterday	He/she	was	beautiful

11 The single *-t* in neuter is the outcome of two rules: First the *-d* or the *-ð* assimilates with the *-t* ending: *kald+t* becomes **kaltt*. Since we never have a consonant before *-tt-* one of the *-t* is dropped and the outcome is *kalt*. The same is true for *dökkhært* (**dökkhærð+t* –> **dökkhærtt* –> *dökkhært*), *ljóshært* (**ljóshærð+t* –> **ljóshærtt* –> *ljóshært*), *svart* (**svart+t* –> **svartt* –> *svart*) and *vont* (**vond+t* –> **vontt* –> *vont*). In the adjective *gott* there is only assimilation (**góð+t* –> **góðt* –> *gott*) because we have no consonant before *-ðt-*. * means a reconstructed form.

2.5 Numerals

The numerals 1-4 decline in all three genders, two numbers[12] and four cases. The gender of the numerals depends on the nouns they refer to:

	masculine	feminine	neuter
1	*einn* strákur	*ein* stelpa	*eitt* barn
2	*tveir* strákar	*tvær* stelpur	*tvö* börn
3	*þrír* strákar	*þrjár* stelpur	*þrjú* börn
4	*fjórir* strákar	*fjórar* stelpur	*fjögur* börn
5	*fimm* strákar	*fimm* stelpur	*fimm* börn

Examples of use:

Þetta	*er*	*ein* (fem. sing.)	*króna* (fem. sing.)
This	is	one	crown

Þetta	*er*	*eitt* (neuter sing.)	*barn* (neuter sing.)
This	is	one	child

You need the plural form of nouns if they occur with numerals from two and up:

Þetta	*eru*	*tveir* (masc.)	*strákar* (masc. plur.)
These	are	two	boys

Þetta	*eru*	*fjórar* (fem.)	*stelpur* (fem. plur.)
These	are	four	girls

When we name the numbers we use the masculine nominative form. This is true for counting and for giving telephone numbers:

1	einn	6	sex	11	ellefu	16	sextán
2	tveir	7	sjö	12	tólf	17	sautján
3	þrír	8	átta	13	þrettán	18	átján
4	fjórir	9	níu	14	fjórtán	19	nítján
5	fimm	10	tíu	15	fimmtán	20	tuttugu

We use the neuter form of numerals for: the time, house numbers and years;

Klukkan	*er*	*þrjú* (neuter)
It	is	three o'clock

12 The plural form of numerals (*einir* 1, *tvennir* 2, *þrennir* 3, *fernir* 4) is only used either with inherently plural words (words that only exist in the plural), e.g. *tvennar* (fem. plur.) *dyr* (fem. plur. inherently word) two doors, or with words that have the meaning of a pair, e.g. *tvennir* (masc. plur.) *skór* (masc. plur.) two pairs of shoes. If we use the singular form of the numeral the meaning of the sentence changes: *tveir* (masc. sing.) *skór* (masc. plur.) two shoes/one pair of shoes.

Vesturgata	*fjögur* (neuter)
Vesturgata	(number) four

1992	*nítján*	*hundruð*	*níutíu*	*og*	*tvö* (neuter)
1992	nineteen	hundred	ninety	and	two
1992	nineteen	hundred	ninety		two

The feminine form is used with the word *króna* a crown:

þrjár (feminine)	*krónur*
three	crowns

The numerals for 10, 20, 30 etc. are:

10	tíu	60	sextíu
20	tuttugu	70	sjötíu
30	þrjátíu	80	áttatíu
40	fjörutíu	90	níutíu
50	fimmtíu	100	hundrað (neuter)
		200	tvö hundruð
		1000	þúsund (neuter)
		2000	tvö þúsund

Compound numerals:

21	tuttugu og einn
22	tuttugu og tveir
23	tuttugu og þrír etc.
101	hundrað og einn
120	hundrað og tuttugu
121	hundrað tuttugu og einn
122	hundrað tuttugu og tveir etc.

If the compound number ends with the number one (*einn*, *ein*, *eitt*) we use the singular form of the following noun:

tuttugu	*og*	*einn*	*hestur* (singular)
twenty	and	one	horse
twenty		one	horses

tuttugu	*og*	*tveir*	*hestar* (plural)
twenty	and	two	horses
twenty		two	horses

hundrað	*tuttugu*	*og*	*ein*	*kona* (singular)
one hundred	twenty	and	one	woman
one hundred	and	twenty	one	women

hundrað	*tuttugu*	*og*	*tvær*	*konur* (plural)
one hundred	twenty	and	two	women
one hundred	and	twenty	two	women

3 Number

In Icelandic there are two numbers, singular and plural. Nouns, adjectives, pronouns and the definite article can be in either the singular or the plural. Verbs mark number agreement. Singular forms are discussed in Chapter 2. The plural is formed with endings that are added to the stem of words.

3.1 Nouns

Most nouns[13] can be in the singular and the plural. Plural endings are different for different nouns, e.g. *strák/ur* boy **m** (**-s, -ar**) is the form you see in dictionaries. The *-ar* is the ending for the nominative plural. It is added to *strák-* (the stem), so the plural form of *strák/ur* is *strák/ar* boys. Another example from the same group is *stól/l* a chair **m** (**-s, -ar**). The stem is *stól-* and the ending for plural *-ar* is added to the stem: *stól/ar* chairs. In words like *mynd* a photo **f** (**-ar, -ir**) the ending for nominative plural is *-ir* so the plural is *mynd/ir* photos.

masculine		feminine		neuter	
singular	plural	singular	plural	singular	plural
1 m (-a, -ar)		3 f (-u, -ur)		5 n (-a, -u)	
penn-i	penn-**ar**	stelp-a	stelp-**ur**	aug-a	aug-**u**
2 m (-s, -ar)		4 f (-ar, -ir)		6 n (-s, -)	
strák-ur[14]	strák-**ar**	mynd-	mynd-**ir**	brauð-	brauð-
		gjöf- Θ	gjaf-**ir**	epli-	epli-
				barn-	börn- Θ[15]

A few words that belong to the groups above, in the singular and the plural:

1 m (-a, **-ar**) The *-ar* refers to the plural ending of the nominative:

SINGULAR	PLURAL
af/i granddad/grandfather	*af/ar* granddads/grandfathers
appelsínusaf/i an orange juice	*appelsínusaf/ar* orange juices
bank/i a bank	*bank/ar* banks
boll/i a cup	*boll/ar* cups
framhaldsskól/i a high school	*framhaldsskól/ar* high schools
glugg/i a window	*glugg/ar* windows

13 Words that you can not count, like *mjólk* milk, *sykur* sugar, *kaffi* coffee, do not have a plural form; nor does the word *fólk* people, which only exists in the singular. There are several plural words (that do not have a singular form), e.g. *buxur* trousers (fem. plur.), *dyr* door (fem. plur.), *tónleikar* concert (masc. plur.), *skæri* scissors (neuter plur.), see p. 105 (numerals).

14 Also *stein-n* a stone, *bíl-l* a car, *skó-r* a shoe, *lækni-r* a doctor.

15 - means no ending. All words in Group 6 with the stem vowel *-a-* in singular take u-umlaut, Θ, in the nominative plural.

grunnskól/i a elementary school	*grunnskól/ar* elementary schools
jakk/i a jacket	*jakk/ar* jackets
kafl/i a chapter	*kafl/ar* chapters
kennar/i a teacher	*kennar/ar* teachers
lamp/i a lamp	*lamp/ar* lamps
leikskól/i a kindergarten	*leikskól/ar* kindergartens
pabb/i father	*pabb/ar* fathers
penn/i a pen	*penn/ar* pens
pok/i a bag	*pok/ar* bags
sím/i a phone	*sím/ar* phones
skiptinem/i an exchange student	*skiptinem/ar* exchange students
skól/i a school	*skól/ar* schools
sóf/i a sofa	*sóf/ar* sofas

2 m (-s, **-ar**) The *-ar* refers to the plural ending of the nominative:

SINGULAR	PLURAL
bíl/l a car	*bíl/ar* cars
dag/ur a day	*dag/ar* days
disk/ur a dish	*disk/ar* dishes
fisk/ur a fish	*fisk/ar* fish
gang/ur a corridor	*gang/ar* corridors
hest/ur a horse	*hest/ar* horses
hníf/ur a knife	*hníf/ar* knives
ísskáp/ur a refrigerator	*ísskáp/ar* refrigerators
kjól/l a dress	*kjól/ar* dresses
kjúkling/ur a chicken	*kjúkling/ar* chickens
ost/ur cheese	*ost/ar* cheeses
pening/ur a coin, money	*pening/ar* money
skáp/ur a cupboard	*skáp/ar* cupboards
stein/n a stone	*stein/ar* stones
stól/l a chair	*stól/ar* chairs
strák/ur a boy	*strák/ar* boys

3 f (-u, **-ur**) The *-ur* refers to the plural ending of the nominative:

SINGULAR	PLURAL
amm/a granny/grandmother	*ömm/ur* grannies/grandmothers
appelsín/a an orange	*appelsín/ur* oranges
ferðaskrifstof/a a travel agency	*ferðaskrifstof/ur* travel agencies
fjölskyld/a a family	*fjölskyld/ur* families
flask/a a bottle	*flösk/ur* bottles
frænk/a aunt/niece	*frænk/ur* aunts/nieces
gat/a a street	*göt/ur* streets

káp/a a coat	*káp/ur* coats
kis/a a cat	*kis/ur* cats
klukk/a a clock	*klukk/ur* clocks
kon/a a woman	*kon/ur* women
krón/a crown	*krón/ur* crowns
kæf/a paté	*kæf/ur* patés
mamm/a mother	*mömm/ur* mothers
peys/a a sweater	*peys/ur* sweaters
píts/a a pizza	*píts/ur* pizzas
samlok/a a sandwich	*samlok/ur* sandwiches
skyrt/a a shirt	*skyrt/ur* shirts
stelp/a a girl	*stelp/ur* girls
stof/a a living room	*stof/ur* living rooms
task/a a handbag	*tösk/ur* handbags
tölv/a a computer	*tölv/ur* computers
úlp/a a winter jacket	*úlp/ur* winter jackets
vinkon/a a female friend	*vinkon/ur* female friends
vik/a a week	*vik/ur* weeks

In the words *flaska, gata, mamma* and *taska* there is a u-umlaut, Θ, (a change in the stem vowel) between singular and plural: *flöskur, götur, mömmur, töskur*. The rule for the u-umlaut, Θ, is that when *-a-* is the vowel in the stem and *-u* is the vowel in the next syllable (in this case the ending) the *-a-* changes to *-ö-*: a —> ö /__ -u. This is a general rule in Icelandic and applies to adjectives and verbs as well (see also page 96).

4 f (-ar, **-ir**) The *-ir* refers to the plural ending of the nominative:

SINGULAR	PLURAL
borg a city	*borg/ir* cities
búð a shop	*búð/ir* shops
ferð a trip	*ferð/ir* trips
gjöf Θ a present	*gjaf/ir* presents
mjólk milk	no plural form
rós a rose	*rós/ir* roses
sveit a region	*sveit/ir* regions
tjörn Θ a pond	*tjarn/ir* ponds
verslun Θ a store	*verslan/ir* stores
þjóð a nation	*þjóð/ir* nations

In this group there is another example of the vowel shift. If *-ö-* is the vowel in the stem in the nominative singular it changes to *-a-* in the plural if the endings are *-i* or *-a*. Here the ending for plural is *-ir* and the vowel changes to *-a-*, e.g. *gjöf, tjörn* in the plural are *gjafir, tjarnir*.

5 n (-a, **-u**) The *-u* refers to the plural ending of nominative:

SINGULAR	PLURAL
auga an eye	*augu* eyes
eyra an ear	*eyru* ears
hjarta a heart	*hjörtu* hearts

6 n (-s, -) The - means that there is no ending for the nominative plural; as we noticed earlier these nouns take a u-umlaut, Θ, in the plural if the stem vowel is *-a*:

SINGULAR	PLURAL
ár a year	*ár* years
baðherbergi a bathroom	*baðherbergi* bathrooms
barn a child	*börn* Θ children
blað a sheet of paper	*blöð* Θ sheets of paper
borð a table	*borð* tables
brauð a loaf of bread	*brauð* loaves of bread
bréf a letter	*bréf* letters
eldgos a volcanic eruption	*eldgos* volcanic eruptions
eldhús a kitchen	*eldhús* kitchens
epli an apple	*epli* apples
fjall a mountain	*fjöll* Θ mountains
frímerki a stamp	*frímerk*i stamps
glas a glass	*glös* Θ glasses
herbergi a room	*herbergi* rooms
hús a house	*hús* houses
kaffi coffee	no plural form
kjöt meat	no plural form
kornflex cornflakes	no plural form
kort a map	*kort* maps
kvöld an evening/night	*kvöld* evenings/nights
land a country	*lönd* Θ countries
nesti a packed lunch	no plural form
rúm a bed	*rúm* beds
safn a museum	*söfn* Θ museums
smjör butter	no plural form
súkkulaði a chocolate bar	no plural form
systkini a sibling	*systkini* siblings
svefnherbergi a bedroom	*svefnherbergi* bedrooms
veski a wallet	*veski* wallets
vín wine	*vín* wines

In this group we see the u-umlaut, Θ, from singular to plural, e.g. *barn, blað, fjall, glas, land, safn* become in the plural: *börn, blöð, fjöll, glös, lönd, söfn.* This happens in all neuter words without an ending that have *-a-* as a vowel in the stem.

3.2 The definite article

The definite article has different forms in the three genders for singular and plural. They are added to the end of the word. In the nominative plural there is one form for each gender:

masculine	feminine	neuter
-nir	-nar	-(i)n

We add the definite article to the plural forms of the words:

The plural form of *strák/ur* is *strák/ar* boys, and we add the definite article in the masculine plural *-nir*. The outcome is *strákar-nir* the boys.

The plural form of *mynd* is *mynd/ir*. We add the definite article in the feminine plural to *myndir* and get *myndir-nar* the photos.

The plural form of *hús* is *hús*. We add the definite article to that and get *hús-in* the houses. When the word ends with a vowel, e.g. *epli* apples, the *-i-* from the definite article disappears: *epli-n* the apples.

masculine		feminine		neuter	
singular	plural	singular	plural	singular	plural
1 m (-a, -ar) penni-**nn**	pennar-**nir**	3 f (-u, -ur) stelpa-**n**	stelpur-**nar**	5 n (-a, -u) auga-**ð**	augu-**n**
2 m (-s, -ar) strákur-**inn**	strákar-**nir**	4 f (-ar, -ir) mynd-**in** gjöf-in ʘ	myndir-**nar** gjafir-**nar**	6 n (-s, -) brauð-**ið** epli-**ð** barn-**ið**	brauð-**in** epli-**n** börn-**in** ʘ

A few words in the plural, with and without the definite article:

1 m (-a, **-ar**)

INDEFINITE NOUNS IN PLURAL	DEFINITE NOUNS IN PLURAL
af/ar granddads/grandfathers	*afarnir* the granddads/grandfathers
bank/ar banks	*bankarnir* the banks
boll/ar cups	*bollarnir* the cups
framhaldsskól/ar high schools	*framhaldsskólarnir* the high schools
glugg/ar windows	*gluggarnir* the windows
grunnskól/ar elementary schools	*grunnskólarnir* the elementary schools
jakk/ar jackets	*jakkarnir* the jackets
kafl/ar chapters	*kaflarnir* the chapters
kennar/ar teachers	*kennararnir* the teachers

lamp/ar lamps	*lamparnir* the lamps
leikskól/ar kindergarten	*leikskólarnir* the kindergartens
pabb/ar fathers	*pabbarnir* the fathers
penn/ar pens	*pennarnir* the pens
pok/ar bags	*pokarnir* the bags
sím/ar phones	*símarnir* the phones
skiptinem/ar exchange students	*skiptinemarnir* the exchange students
skól/ar schools	*skólarnir* the schools
sóf/ar sofas	*sófarnir* the sofas

2 m (-s, **-ar**)

INDEFINITE NOUNS IN PLURAL	DEFINITE NOUNS IN PLURAL
bíl/ar cars	*bílarnir* the cars
dag/ar days	*dagarnir* the days
disk/ar dishes	*diskarnir* the dishes
fisk/ar fish	*fiskarnir* the fish
gang/ar corridors	*gangarnir* the corridors
hest/ar horses	*hestarnir* the horses
hníf/ar knives	*hnífarnir* the knives
ísskáp/ar refrigerators	*ísskáparnir* the refrigerators
kjól/ar dresses	*kjólarnir* the dresses
kjúkling/ar chickens	*kjúklingarnir* the chickens
ost/ar cheeses	*ostarnir* the cheeses
pening/ar money	*peningarnir* the money
skáp/ar cupboards	*skáparnir* the cupboards
stein/ar stones	*steinarnir* the stones
stól/ar chairs	*stólarnir* the chairs
strák/ar boys	*strákarnir* the boys

3 f (-u, **-ur**)

INDEFINITE NOUNS IN PLURAL	DEFINITE NOUNS IN PLURAL
ömm/ur grannies/grandmothers	*ömmurnar* the grannies/grandmothers
appelsín/ur oranges	*appelsínurnar* the oranges
ferðaskrifstof/ur travel agencies	*ferðaskrifstofurnar* the travel agencies
fjölskyld/ur families	*fjölskyldurnar* the families
flösk/ur bottles	*flöskurnar* the bottles
frænk/ur aunts/nieces	*frænkurnar* the aunts/the nieces
göt/ur streets	*göturnar* the streets
káp/ur coats	*kápurnar* the coats
kis/ur cats	*kisurnar* the cats
kon/ur women	*konurnar* the women
krón/ur crown	*krónurnar* the crowns

kæf/ur patés	*kæfurnar* the patés
mömm/ur mothers	*mömmurnar* mothers
peys/ur sweaters	*peysurnar* the sweaters
píts/ur pizzas	*pítsurnar* the pizzas
samlok/ur sandwiches	*samlokurnar* the sandwiches
skyrt/ur shirts	*skyrturnar* the shirts
tösk/ur handbags	*töskurnar* the handbags
tölv/ur computers	*tölvurnar* the computers
úlp/ur winter jackets	*úlpurnar* the winter jackets
vinkon/ur female friends	*vinkonurnar* the female friends
vik/ur weeks	*vikurnar* the weeks

4 f (-ar, **-ir**)

INDEFINITE NOUNS IN PLURAL	DEFINITE NOUNS IN PLURAL
borg/ir cities	*borgirnar* the cities
búð/ir shops	*búðirnar* the shops
ferð/ir trips	*ferðirnar* the trips
gjaf/ir presents	*gjafirnar* the presents
rós/ir roses	*rósirnar* the roses
sveit/ir regions	*sveitirnar* the regions
tjarn/ir ponds	*tjarnirnar* the ponds
verslan/ir stores	*verslanirnar* the stores
þjóð/ir nations	*þjóðirnar* the nations

5 n (-a, **-u**)

INDEFINITE NOUNS IN PLURAL	DEFINITE NOUNS IN PLURAL
aug/u eyes	*augun* the eyes
eyr/u ears	*eyrun* the ears
hjört/u hearts	*hjörtun* the hearts

6 n (-s, -)

INDEFINITE NOUNS IN PLURAL	DEFINITE NOUNS IN PLURAL
ár years	*árin* the years
baðherbergi bathrooms	*baðherbergin* the bathrooms
börn Θ children	*börnin* Θ the children
blöð Θ sheets of paper	*blöðin* Θ the sheets of paper
borð tables	*borðin* the tables
brauð loaves of bread	*brauðin* the loaves of bread
bréf letters	*bréfin* the letters
eldgos volcanic eruptions	*eldgosin* the volcanic eruptions
eldhús kitchens	*eldhúsin* the kitchens
epli apples	*eplin* the apples

fjöll Θ mountains	*fjöllin* Θ the mountains
frímerki stamps	*frímerkin* the stamps
glös Θ glasses	*glösin* Θ the glasses
herbergi rooms	*herbergin* the rooms
hús houses	*húsin* the houses
kort maps	*kortin* the maps
kvöld evenings/nights	*kvöldin* the evenings/nights
lönd Θ countries	*löndin* Θ the countries
rúm beds	*rúmin* the beds
söfn Θ museums	*söfnin* Θ the museums
sjónvörp Θ televisions	*sjónvörpin* Θ the televisions
systkini siblings	*systkinin* the siblings
svefnherbergi bedrooms	*svefnherbergin* the bedrooms
veski wallets	*veskin* the wallets
vín wine	*vínin* the wines

3.3 Adjectives

Adjectives occur in both numbers, singular and plural. There is one ending for each gender in the nominative plural. The endings are:

	masculine	feminine	neuter
singular	-ur	-Θ	-t
plural	-ir	-ar	- Θ

These endings are added to the stem of the adjectives. If we want to say **black horses** we already know the noun *hestar*, masc. plur. The adjective must be in the same gender and number as the noun. The stem of the adjective *svart/ur* is *svart-*. We add the plural ending for masculine *-ir*, *svartir*, and we can say *svartir hestar*.

	masculine	feminine	neuter
singular	*lat-ur* strákur	Θ*löt-* stelpa	*lat-t* barn
plural	*lat-ir* strákar	*lat-ar* stelpur	Θ*löt-* börn

1. Regular adjectives:

masculine		feminine		neuter	
singular	**plural**	**singular**	**plural**	**singular**	**plural**
alvarleg-ur serious	*alvarleg-ir*	*alvarleg*	*alvarleg-ar*	*alvarleg-t*	*alvarleg*
dugleg-ur hard working	*dugleg-ir*	*dugleg*	*dugleg-ar*	*dugleg-t*	*dugleg*
falleg-ur beautiful	*falleg-ir*	*falleg*	*falleg-ar*	*falleg-t*	*falleg*
feit-ur fat	*feit-ir*	*feit*	*feit-ar*	*feit-t*	*feit*
grann-ur slim	*grann-ir*	*grönn* Θ	*grann-ar*	*grann-t*	*grönn* Θ
gul-ur yellow	*gul-ir*	*gul*	*gul-ar*	*gul-t*	*gul*
heit-ur hot	*heit-ir*	*heit*	*heit-ar*	*heit-t*	*heit*
hvít-ur white	*hvít-ir*	*hvít*	*hvít-ar*	*hvít-t*	*hvít*
kát-ur joyful	*kát-ir*	*kát*	*kát-ar*	*kát-t*	*kát*
lat-ur lazy	*lat-ir*	*löt* Θ	*lat-ar*	*lat-t*	*löt* Θ
leiðinleg-ur boring	*leiðinleg-ir*	*leiðinleg*	*leiðinleg-ar*	*leiðinleg-t*	*leiðinleg*
ljót-ur ugly	*ljót-ir*	*ljót*	*ljót-ar*	*ljót-t*	*ljót*
róleg-ur easygoing	*róleg-ir*	*róleg*	*róleg-ar*	*róleg-t*	*róleg*
skemmtileg-ur funny	*skemmti-leg-ir*	*skemmti-leg*	*skemmti-leg-ar*	*skemmti-leg-t*	*skemmti-le*
sæt-ur sweet	*sæt-ir*	*sæt*	*sæt-ar*	*sæt-t*	*sæt*

In the words *lat/ur* and *grann/ur* we get a u-umlaut (*a*—>ö) in the stressed syllable. This happens in the same places as with the nouns: in the feminine singular nominative and the neuter plural nominative *löt*, *grönn*.

2. Adjectives with a stem that ends in *-n* or *-l* and get *-n* or *-l* endings in the masculine nominative singular:

masculine		feminine		neuter	
singular	**plural**	**singular**	**plural**	**singular**	**plural**
brún-n brown	*brún-ir*	*brún*	*brún-ar*	*brún-t*	*brún*
fín-n elegant; good	*fín-ir*	*fín*	*fín-ar*	*fín-t*	*fín*
gamal-l old	*gaml-ir*	*gömul*[16]Θ	*gaml-ar*	*gamal-t*	*gömul* Θ
græn-n green	*græn-ir*	*græn*	*græn-ar*	*græn-t*	*græn*
heil-l whole	*heil-ir*	*heil*	*heil-ar*	*heil-t*	*heil*
hrein-n clean	*hrein-ir*	*hrein*	*hrein-ar*	*hrein-t*	*hrein*

16 In the word *gamal/l* we get a vowel shift (*a*—>*ö*) in the same places as with the nouns, the feminine singular nominative and the neuter plural nominative, *gömul*. The umlaut, Θ, changes the *-a-* in the unstressed syllable next to it into *-u-*; the *-u-* then changes the *-a-* in the stressed syllable next to it into *-ö-*: *gamal-* Θ —> **gamul-* Θ —> *gömul*. This happens when the stem has two vowels (syllables) and both are *-a-*. In two-syllable adjectives like *brjálað/ur* crazy, the *-a-* in the second syllable shifts to *-u-* in the same places, e.g. *brjáluð* (fem. sing. or neuter plur.).

In two-syllable words like *gamal/l* old and *lítil/l* small, the second vowel drops if the ending begins in a vowel: **gamal+ir —> gaml-ir, *gamal+ar —> gaml-ar, *lítil+ir —> litl-ir,*[17] **lítil+ar —> litl-ar.*

3. The stem ends with a vowel:

masculine		feminine		neuter	
singular	**plural**	**singular**	**plural**	**singular**	**plural**
blá-r blue	*blá-ir*	*blá*	*blá-ar*	*blá-tt*	*blá*
grá-r grey	*grá-ir*	*grá*	*grá-ar*	*grá-tt*	*grá*
mjó-r slim	*mjó-ir*	*mjó*	*mjó-ar*	*mjó-tt*	*mjó*
ný-r new	*ný-ir*	*ný*	*ný-j-ar*	*ný-tt*	*ný*

The j-rule

In the word *ný/r* we write *-j-* before *-a* or *-u*, e.g. *nýjar* but not before *-i*, e.g. *nýir*. If the stem ends in *-ý, -ey, -æ, -k* or *-g* we do not write *-j-* if *-i* follows right after or there is no ending. This rule (the j-rule) applies in adjectives, nouns and verbs:

nýir new (masculine nominative plural)
nýjar (feminine nominative plural)
nýjum (dative plural)

tæki equipment (neuter nominative singular)
tækjum (dative plural)
tækja (genitive plural)

hlæja laugh (infinitive)
hlæjum (1st person plural)
hlæið (2nd person plural)

4. The stem ends with *-d* (or*-dd*) or *-ð*:

masculine		feminine		neuter	
singular	**plural**	**singular**	**plural**	**singular**	**plural**
glað-ur glad	*glað-ir*	*glöð* Θ	*glað-ar*	*glat-t*	*glöð* Θ
góð-ur good	*góð-ir*	*góð*	*góð-ar*	*got-t*	*góð*
hrædd-ur frightened	*hrædd-ir*	*hrædd*	*hrædd-ar*	*hræt-t*	*hrædd*
rauð-ur red	*rauð-ir*	*rauð*	*rauð-ar*	*raut-t*	*rauð*

17 Pay attention to the shift between *-í-* and *-i-* in *lítill – litlir.* Before one consonant there is *-í-*, *lítill*, before two consonants there is *-i-*, *litlir.* The same thing is true for the shift between *-ó-* and *-o-* in *góður – gott.*

5. The stem ends with *-r* or *-s*:

masculine		feminine		neuter	
singular	**plural**	**singular**	**plural**	**singular**	**plural**
dýr expensive	*dýr-ir*	*dýr*	*dýr-ar*	*dýr-t*	*dýr*
kurteis polite	*kurteis-ir*	*kurteis*	*kurteis-ar*	*kurteis-t*	*kurteis*
ljós light	*ljós-ir*	*ljós*	*ljós-ar*	*ljós-t*	*ljós*
stór big	*stór-ir*	*stór*	*stór-ar*	*stór-t*	*stór*
vitlaus stupid; incorrect	*vitlaus-ir*	*vitlaus*	*vitlaus-ar*	*vitlaus-t*	*vitlaus*

6. The stem ends in *-Ct, -Cd* or *-Cð* (a consonant + *t/d/ð*): the *-t* of the ending is dropped in the neuter (see p. 104):

masculine		feminine		neuter	
singular	**plural**	**singular**	**plural**	**singular**	**plural**
dökkhærð-ur darkhaired	*dökkhærð-ir*	*dökkhærð*	*dökkhærð-ar*	*dökkhært*	*dökkhærð*
kald-ur cold	*kald-ir*	*köld* ʘ	*kald-ar*	*kalt*	*köld* ʘ
ljóshærð-ur blond	*ljóshærð-ir*	*ljóshærð*	*ljóshærð-ar*	*ljóshært*	*ljóshærð*
svart-ur black	*svart-ir*	*svört* ʘ	*svart-ar*	*svart*	*svört* ʘ
vond-ur bad	*vond-ir*	*vond*	*vond-ar*	*vont*	*vond*

As always when *-a-* is the stem vowel we get a u-umlaut (*a*—>ö), e.g. *svart/ur, kald/ur.* This happens in the same places as with the nouns: in the feminine singular nominative and the neuter plural nominative: *svört, köld.*

4 Conjugation of verbs in the present tense

Verbs conjugate in three persons: 1st person *I*, 2nd person *you*, and 3rd person *he, she, it*; and two numbers: singular and plural; and two tenses: present and past, e.g. *að borða* to eat.

borða		present	past
sing.	1. p. ég	*borða*	*borðaði*
	2. p. þú	*borðar*	*borðaðir*
	3. p. hann	*borðar*	*borðaði*
plur.	1. p. við	*borðum*	*borðuðum*
	2. p. þið	*borðið*	*borðuðuð*
	3. p. þau	*borða*	*borðuðu*

Verbs are associated with particular cases and they always assign the same case, e.g. *borða* (+acc.) eat:

Ég	*borða*	*fisk* (acc.)
I	eat	fish

Ég	*borða*	*brauð* (acc.)
I	eat	bread

When you learn a new verb also learn which case it takes.

4.1 Vowel shift in the present tense, i-umlaut ◈

I-umlaut is historically caused by an *-i* ending. I-umlaut is not a general rule in Icelandic. Unlike u-umlaut, i-umlaut is purely historical and does not apply to new words in the language. It applies mainly in the present tense in irregular (strong) verbs. The cause of the umlaut, the i-ending, is very often invisible so we will put in a special symbol · to help you to learn where the umlaut occurs in words with no ending. Many of the most common verbs in Icelandic are irregular (strong) and take i-umlaut in the singular present tense. This means that the singular has a different vowel in the stem from that of the infinitive and plural, e.g. *koma* come:

koma		
sing.	1. p. ég	kem ◈
	2. p. þú	kemur ◈
	3. p. hann	kemur ◈
plur.	1. p. við	komum
	2. p. þið	komið
	3. p. þau	koma

All verbs, both regular (weak) and irregular (strong), with *-a-* as a stem vowel, take u-umlaut ʘ in the 1st person plural present tense because the ending begins with *-u*, e.g. *ég tala* I talk – *við tölum* we talk. To remind you of the u-umlaut in the verbs we will use the symbol ʘ even though the u-ending is visible.

There is no connection between the two vowel shifts (i-umlaut ◈ and u-umlaut ʘ) that can occur in verbs. Verbs can have the same vowel throughout the paradigm (*læra* learn), only u-umlaut (*baka* bake), only i-umlaut (*bjóða* invite) or both (*hafa* have):

	no umlaut	ʘ	◈	ʘ ◈
	læra	baka	bjóða	hafa
ég	læri	baka	býð ◈	hef ◈
við	lærum	bökum ʘ	bjóðum	höfum ʘ

I-umlaut in singular present tense of irregular verbs:

a, ö, o → e	*taka* take	*ég tek* ◈
	slökkva put out	*ég slekk* ◈
	sofa sleep	*ég sef* ◈
o, ó, á → æ	*þvo* wash	*ég þvæ* ◈
	róa row	*ég ræ* ◈
	fá get	*ég fæ* ◈
ú, jú, jó → ý	*búa* live	*ég bý* ◈
	ljúga lie	*ég lýg* ◈
	sjóða boil	*ég sýð* ◈
u — y[18]		
au — ey	*hlaupa* run	*ég hleyp* ◈
já — é	*sjá* see	*ég sé* ◈

As you can see from the list above i-umlaut is much more complicated than u-umlaut. I-umlaut affects 11 stem vowels and they shift to 6 different vowels in the present tense. Notice that there are only these vowels that change and only in irregular (strong) verbs, singular present tense.[19]

18 This vowel shift does not occur in the present tense of strong verbs. It occurs in past tense subjunctive of strong verbs.

19 There are other groups of words which have i-umlaut; irregular nouns, e.g. *köttur – kettir*, adjectives in the comparative, e.g. *langur – lengri*, subjunctive past of strong verbs, singular and plural, e.g. *fór – færi*. These groups of words are all irregular and will not be discussed further here.

4.2 Present tense[20]

When we conjugate a verb in the present tense we mark number (singular and plural), and person (1st person, 2nd person and 3rd person). When a verb conjugates, it changes shape, the endings are different for each person and sometimes the stem changes as well (vowel shift Θ, ◈).

The infinitive form of a verb takes an *-a* ending. For all verbs, the infinitive form and the 3rd person plural form are the same. The *-a* ending of an infinitive usually disappears in strong verbs with stems that end in a vowel (Class 4): *fá* get, *sjá* see.

Below are four classes of verbs in present tense, singular and plural. The first three classes are large and very important but Class 4 is very small:

		(1)	(2)	(3)	(4)
	infinitive	**baka** bake	**synda** swim	**ganga** walk	**sjá** see
sing.	1. p. ég	baka-	synd-i	geng-◈	sé- ◈
	2. p. þú	baka-r	synd-ir	geng-ur ◈	sé-rð ◈
	3. p. hann	baka-r	synd-ir	geng-ur ◈	sé-r ◈
plur.	1. p. við	bök-um Θ	synd-um	göng-um Θ	sjá-um
	2. p. þið	bak-ið	synd-ið	gang-ið	sjá-ið
	3. p. þau	bak-a	synd-a	gang-a	sjá-

(1) Verbs belonging to this class have *-a-* in all forms in the singular, so the form of the first person singular and of the infinitive are the same. In the plural the *-a* disappears. This is the largest class of weak verbs in Icelandic.[21] In the dictionary they are marked **v (-aði)** and are sometimes called *-aði*[22] verbs.

A few verbs from this class:

baka (+acc.) bake
borða (+acc.) eat
borga (+dat./+acc.) pay
byrja start
dansa dance
elda (+acc.) cook
hita (+acc.) heat
hjálpa (+dat.) help
hækka (+acc.) rise, raise

kosta (+acc.) cost
lána (+dat./+acc.) lend
mála (+acc.) paint
prjóna (+acc.) knit
safna (+dat.) collect
sauma (+acc.) sew
skamma (+acc.) scold
skoða (+acc.) observe, take a look at
skrifa (+acc.) write

sofna fall asleep
stafa (+acc.) spell
stjórna (+dat.) control
stækka grow
tala við/ tala um (+acc.) talk to/about
tapa (+dat.) lose
teikna (+acc.) draw
þakka (+dat.) thank

20 Present tense can also refer to the future if followed by words or phrases indicating time, e.g. *Ég fer í kvöld* I will go tonight. Icelandic has no special endings for the future.

21 It is also an open group, which means that the group accepts new members. All new verbs go into this group, loan-verbs and newly made verbs, e.g. *fíla* from English 'feel' and *bögga* from English 'bug'.

22 *-aði* stands for the past tense suffix, e.g. *baka* (infinitive) – *bakaði* (past tense). Most dictionaries do consider the *-a* in verbs like *baka* as an ending rather than a part of the stem like *-a* in verbs like *synda*. Here on the other hand we will consider the *-a* as a part of the stem as many recent grammar books have done. There are several reasons for this, e.g. the imperative for *baka* is *baka* (þú) but *synd* (þú) for verbs like *synda*. Also the rules for past tense become more logical.

1. Verbs with one object:

a. Verbs that take accusative: *baka, borða, prjóna, elda, hita, hækka, kosta, mála, sauma, skamma, skoða, skrifa, stafa, stjórna, tala við, tala um, teikna.*

Hún + *baka* (+acc.) + *kakan* (nom.) –>	*Hún*	*bakar*	*kökuna* (acc.)
	She	bakes	the cake
Hún + *borða* (+acc.) + *maturinn* (nom.) –>	*Hún*	*borðar*	*matinn* (acc.)
	She	eats	the food
Hún + *elda* (+acc.) + *maturinn* (nom.) –>	*Hún*	*eldar*	*matinn* (acc.)
	She	cooks	the food
Hún + *hita* (+acc.) + *súpan* (nom.) –>	*Hún*	*hitar*	*súpuna* (acc.)
	She	warms up	the soup
Hún + *hækka* (+acc.) + *verðið* (nom.) –>	*Hún*	*hækkar*	*verðið* (acc.)
	She	raises	the price
Það + *kosta* (+acc.) + *ein króna* (nom.) –>	*Það*	*kostar*	*eina krónu* (acc.)
	It	costs	one crown
Hún + *mála* (+acc.) + *myndin* (nom.) –>	*Hún*	*málar*	*myndina* (acc.)
	She	paints	the picture
Hún + *prjóna* (+acc.) + *peysan* (nom.) –>	*Hún*	*prjónar*	*peysuna* (acc.)
	She	knits	the sweater
Hún + *sauma* (+acc.) + *kjóllinn* (nom.) –>	*Hún*	*saumar*	*kjólinn* (acc.)
	She	sews	the dress
Hún + *skamma* (+acc.) + *strákurinn* (nom.) –>	*Hún*	*skammar*	*strákinn* (acc.)
	She	scolds	the boy
Hún + *skoða* (+acc.) + *bókin* (nom.) –>	*Hún*	*skoðar*	*bókina* (acc.)
	She	looks at	the book
Hún + *skrifa* (+acc.) + *bréfið* (nom.) –>	*Hún*	*skrifar*	*bréfið* (acc.)
	She	writes	the letter
Hún + *stafa* (+acc.) + *nafnið* (nom.) –>	*Hún*	*stafar*	*nafnið* (acc.)
	She	spells	the name
Hún + *tala við* (+acc.) + *stelpan* (nom.) –>	*Hún*	*talar við*	*stelpuna* (acc.)
	She	talks to	the girl
Hún + *tala um* (+acc.) + *konan* (nom.) –>	*Hún*	*talar um*	*konuna* (acc.)
	She	talks about	the woman
Hún + *teikna* (+acc.) + *hestur* (nom.) –>	*Hún*	*teiknar*	*hest* (acc.)
	She	draws	a horse

b. Verbs that take dative: *hjálpa, safna, stjórna, tapa, þakka.*

Hún + *hjálpa* (+dat.) + *strákurinn* (nom.) –>	*Hún*	*hjálpar*	*stráknum* (dat.)
	She	helps	the boy
Hún + *safna* (+dat.) + *frímerki* (nom. plur.) –>	*Hún*	*safnar*	*frímerkjum* (dat. plur.)
	She	collects	stamps

Hún + *stjórna* (+dat.) + *fyrirtækið* (nom.) –> *Hún stjórnar fyrirtækinu* (dat.)
She runs the company

Hún + *tapa* (+dat.) + *peningarnir* (nom. plur.) –> *Hún tapar peningunum* (dat. plur.)
She loses the money

Hún + *þakka* (+dat.) + *þú* (nom.) –> *Hún þakkar þér* (dat.)
She thanks you

2. Verbs that take two objects. The first object usually refers to a living being and is in the dative; the second one refers to a thing and is in the accusative: *borga, lána*.

Hún + *borga* (+dat./+acc.) + *hún* (nom.) + *peningarnir* (nom. plur.) –>
Hún borgar henni (dat.) *peningana* (acc. plur.)
She pays her the money

Hún + *lána* (+dat./+acc.) + *stelpan* (nom.) + *peysan* (nom.) –>
Hún lánar stelpunni (dat.) *peysuna* (acc.)
She lends the girl the sweater

3. Verbs with no objects. They can be followed by an adverb (*bráðum* soon, *hratt* fast etc.), a prepositional phrase (*í kvöld* tonight, *á ballinu* at the ball etc.) or nothing at all: *dansa, sofna, stækka*.

Hún + *dansa* + *vel* (adverb) –> *Hún dansar vel*
She dances well

Hún + *dansa* + *á ballinu* (prepositional phrase) –> *Hún dansar á ballinu*
She dances at the ball

Hún + *sofna* + *bráðum* (adverb) –> *Hún sofnar bráðum* (adverb)
She will fall asleep soon

Hún + *sofna* + *í kvöld* (prepositional phrase) –> *Hún sofnar í kvöld*
She will fall asleep tonight

Hún + *sofna* (nothing at all) –> *Hún sofnar*
She falls asleep

Hún + *stækka* + *hratt* (adverb) –> *Hún stækkar hratt*
She grows fast

Hún + *stækka* (nothing at all) –> *Hún stækkar*
She grows

(2) Verbs in this class have an *-i-* in the present tense. In verbs that end in *-gja/-kja* in infinitive the *-j-* disappears if the personal ending begins with *-i* (see the j-rule on page 117). This is the second largest class of weak[23] verbs.[24] In dictionaries they are marked **v (-di)**, **(-ði)** or **(-ti)**.[25]

		synda	**reykja**
sing.	**1. p.** ég	synd-i	reyk-i
	2. p. þú	synd-ir	reyk-ir
	3. p. hann	synd-ir	reyk-ir
plur.	**1. p.** við	synd-um	reyk-j-um
	2. p. þið	synd-ið	reyk-ið
	3. p. þau	synd-a	reyk-j-a

A few verbs from this class:

gera (+acc) do
gleyma (+dat.) forget
greiða (+dat.) comb
heita (+nom.) be called
hitta (+acc.) meet
horfa á (+acc.) look at
hringja í (+acc.) ring, telephone
hætta (+dat.) stop

keyra (+acc.) drive
kyssa (+acc.) kiss
lifa live
læra (+acc.) learn
læsa (+dat.) lock
nenna (+dat.) feel like
reykja (+acc.) smoke

rigna rain
segja (+acc.) say
senda (+dat./+acc.) send
synda swim
vaka stay awake
þegja keep quiet
þekkja (+acc.) know a person /be aquainted with

1. Verbs with one object:

a. Verbs that take the accusative: *keyra, hitta, horfa á, hringja í, kyssa, læra, reykja, senda, segja, þekkja.*

Ég + *keyra* (+acc.) + bíllinn (nom.) –>	*Ég*	*keyri*	*bílinn* (acc.)
	I	drive	the car
Ég + *hitta* (+acc.) + þið (nom.) –>	*Ég*	*hitti*	*ykkur* (acc.)
	I	meet	you
Ég + *horfa á* (+acc.) + þú (nom.)–>	*Ég*	*horfi á*	*þig* (acc.)
	I	look at	you
Ég + *hringja í* (+acc.) + hún (nom.) –>	*Ég*	*hringi í*	*hana* (acc.)
	I	call	her
Ég + *kyssa* (+acc.) + þeir (nom.) –>	*Ég*	*kyssi*	*þá* (acc.)
	I	kiss	them

23 In this class there are also a few strong verbs, e.g. *heita* be called.

24 Sometimes students find it difficult to see from the infinitive form whether a verb belongs to the first or second class. One thing can be used as a guideline: Most verbs in the second class have a front vowel as a stem vowel (fronted vowels are: *í, ý, i, y, e, ei, ey* and *æ*). So if the verb in question has a back vowel (*a, o, ú*) it is probably from Class 1.

25 This is the past tense suffix, e.g. *keyra* (infinitive) – *keyrði* (past tense), *rigna* (infinitive) – *rigndi* (past tense), *læsa* (infinitive) – *læsti* (past tense). This is discussed in detail in Chapter 7.

Ég + *læra* (+acc.) + íslenska (nom.) –>	*Ég*	*læri*	*íslensku* (acc.)
	I	learn	Icelandic
Ég + *reykja* (+acc.) + sígarettur (nom. plur.) –>	*Ég*	*reyki*	*sígarettur* (acc. plur.)
	I	smoke	cigarettes
Ég + *segja* (+acc.) + sagan (nom.)–>	*Ég*	*segi*	*söguna* (acc.)
	I	tell	the story
Ég + *senda* (+acc.) + pakki (nom.) –>	*Ég*	*sendi*	*pakkann* (acc.)
	I	send	the parcel
Ég + *þekkja* (+acc.) + þú (nom.) –>	*Ég*	*þekki*	*þig* (acc.)
	I	know	you

b. Verbs that take the dative: *gleyma, greiða, hætta, læsa.*

Ég + *gleyma* (+dat.) + *taskan* (nom.) –>	*Ég*	*gleymi*	*töskunni* (dat.)
	I	forget	the bag
Ég + *greiða* (+dat.) + *stelpan* (nom.) –>	*Ég*	*greiði*	*stelpunni* (dat.)
	I	comb	the girl's hair
Ég + *hætta* (+dat.) + *þetta* (nom.) –>	*Ég*	*hætti*	*þessu* (dat.)
	I	will stop	that
Ég + *læsa* (+dat.) + *bíllinn* (nom.) –>	*Ég*	*læsi*	*bílnum* (dat.)
	I	lock	the car

2. Verbs that take two objects. The first object usually refers to a living being and is in the dative; the second one refers to a thing and is in the accusative: *senda.*

Ég + *senda* (+dat./+acc.) + *strákurinn* (nom.) + *pakkinn* (nom.) –>

Ég	*sendi*	*stráknum* (dat.)	*pakkann* (acc.)
I	send	the boy	the parcel

3. Verbs with no objects. They can be followed by an adverb (*lengi* for a long time, *oft* often, *ekki* not), a prepositional phrase (*á hverjum degi* every day), or nothing at all: *hætta, lifa, reykja, rigna, synda, vaka, þegja.*

Ég + *hætta* + *í dag* (a prepositional phrase) –>	*Ég*	*hætti*	*í dag*
	I	quit	today
Ég + *lifa* + *lengi* (an adverb) –>	*Ég*	*lifi*	*lengi*
	I	live	for a long time
Það + *rigna* + *stundum* (an adverb) –>	*Það*	*rignir*	*stundum*
	It	rains	sometimes
Það + *rigna* (nothing at all) –>	*Það*	*rignir*	
	It	rains	
Ég + *synda* + *oft* (an adverb) –>	*Ég*	*syndi*	*oft*
	I	swim	often
Ég + *synda* + *á hverjum degi* (a pre- –> positional phrase)	*Ég*	*syndi*	*á hverjum degi*
	I	swim	every day

Ég + vaka + lengi (an adverb) –>	*Ég*	*vaki*	*lengi*
	I	stay awake	for a long time
Ég + þegja + oft (an adverb) –>	*Ég*	*þegi*	*oft*
	I	often	keep quiet

(3) This class is a mixture of regular (weak) and irregular (strong) verbs. Verbs belonging to this class take no ending in the first person singular but take the ending *-ur* in the second and third person singular. Most of the irregular (strong) verbs in Icelandic belong to this class and some of them have i-umlaut, ◈ (depending on the stem vowel) from infinitive to present tense singular, e.g. *bjóða* invite (infinitive) – *ég býð* (1. p. sing. pres.), *ganga* walk (infinitive) – *ég geng* (1. p. sing. pres.) (see p. 120 above).

		bjóða	ganga
sing.	1. p. ég	býð- ◈	geng- ◈
	2. p. þú	býð-ur ◈	geng-ur ◈
	3. p. hann	býð-ur ◈	geng-ur ◈
plur.	1. p. við	bjóð-um	göng-um ʘ
	2. p. þið	bjóð-ið	gang-ið
	3. p. þau	bjóð-a	gang-a

A few irregular (strong) verbs that have i-umlaut, ◈, from this class:

bjóða (+dat./+acc.) invite	*ég býð* ◈
brjóta (+acc.) break	*ég brýt* ◈
fljúga fly	*ég flýg* ◈
ganga walk	*ég geng* ◈
hlaupa run	*ég hleyp* ◈
koma come	*ég kem* ◈
ljúka (+dat.) finish	*ég lýk* ◈
njóta (+gen.) enjoy	*ég nýt* ◈
sjóða (+acc.) boil	*ég sýð* ◈
slökkva á (+dat.) turn off	*ég slekk* ◈
standa stand	*ég stend* ◈
taka take	*ég tek* ◈

In this class there are also some verbs (both regular (weak) and irregular (strong)) that do not have vowel shift. Many of them (mainly the regular (weak) verbs) have *-j-* in the infinitive. In conjugation the *-j-* in the infinitive form of verbs like *telja, velja, leggja, syngja, vekja* and *þiggja* or *-v-* in verbs like *stökkva* and *slökkva* disappears in the singular but not in the plural. In verbs like *leggja, syngja, vekja* and *þiggja* the *-j-* disappears when the ending is *-i* in the plural (see the j-rule on p. 117).

		bíða	telja	syngja
sing.	1. p. ég	bíð-	tel-	syng-
	2. p. þú	bíð-ur	tel-ur	syng-ur
	3. p. hann	bíð-ur	tel-ur	syng-ur
plur.	1. p. við	bíð-um	tel-j-um	syng-j-um
	2. p. þið	bíð-ið	tel-j-ið	syng-ið
	3. p. þau	bíð-a	tel-j-a	syng-j-a

Below is a list of verbs (weak and strong) from this class that do not have a vowel shift:

bíða wait	*leggja* (+acc.) lay	*syngja* (+acc.) sing
detta fall	*liggja* lie	*telja* (+acc.) count
drekka (+acc.) drink	*selja* (+acc.) sell	*vekja* (+acc.) wake up
flytja move	*sitja* sit	*velja* (+acc.) choose
gefa (+dat./+acc.) give	*skilja* (+acc.) understand	*þiggja* (+acc.) accept
geta be able to	*sleppa* get away	

1. Verbs with one object:

a. Verbs that take the accusative: *brjóta, drekka, leggja*[26], *selja, sjóða, skilja, syngja, telja, vekja, velja, þiggja.*

Ég + *brjóta* (+acc.) + glugginn (nom.) –>	*Ég*	*brýt*	*gluggann* (acc.)
	I	break	the window
Ég + *drekka* (+acc.) + kaffið (nom.) –>	*Ég*	*drekk*	*kaffið* (acc.)
	I	drink	the coffee
Ég + *leggja* (+acc.) + ég (nom.) –>	*Ég*	*legg*	*mig* (acc.)
	I	take	a nap
Ég+ *selja* (+acc.) + bíllinn (nom.) –>	*Ég*	*sel*	*bílinn* (acc.)
	I	sell	the car
Ég + *sjóða* (+acc.) + maturinn (nom.) –>	*Ég*	*sýð*	*matinn* (acc.)
	I	boil	the food
Ég + *skilja* (+acc.) + íslenska (nom.) –>	*Ég*	*skil*	*íslensku* (acc.)
	I	understand	Icelandic
Ég + *syngja* (+acc.) + lagið (nom.) –>	*Ég*	*syng*	*lagið* (acc.)
	I	sing	the song
Ég + *taka* (+acc.) + strætó (nom.) –>	*Ég*	*tek*	*strætó* (acc.)
	I	take	a bus
Ég + *telja* (+acc.) + peningarnir (nom. plur.) –>	*Ég*	*tel*	*peningana* (acc. plur.)
	I	count	the money
Ég + *vekja* (+acc.) + stelpan (nom.) –>	*Ég*	*vek*	*stelpuna* (acc.)
	I	wake up	the girl
Ég + *velja* (+acc.) + kjóllinn (nom.) –>	*Ég*	*vel*	*kjólinn* (acc.)
	I	choose	the dress
Ég + *þiggja* (+acc.) + gjöfin (nom.) –>	*Ég*	*þigg*	*gjöfina* (acc.)
	I	accept	the present

26 The verb *leggja* takes dative when it means to park a car: *Ég legg* (+dat.) *bílnum* (dat.) I park the car.

b. Verb that take dative: *ljúka*

Ég + *ljúka* (+dat.) + *bréfið* (nom.) –>	*Ég*	*lýk*	*bréfinu* (dat.)
	I	finish	the letter

c. Verb that takes genitive: *njóta.*

Ég + *njóta* (+gen.) + *myndin* (nom.) –>	*Ég*	*nýt*	*myndarinnar* (gen.)
	I	enjoy	the film

2. Verbs that take two objects. The first object usually refers to a living being and is in the dative and the second one refers to a thing and is in the accusative: *bjóða, gefa.*

Ég + *bjóða* (+dat./+acc.) + *hún* (nom.) + *súpa* (nom.) –> *Ég býð henni* (dat.) *súpu* (acc.)
I offer her some soup

Ég + *gefa* (+dat./+acc.) + *hann* (nom.) + *penni* (nom.) –>

Ég	*gef*	*honum* (dat.)	*penna* (acc.)
I	give	him	a pen

3. Verbs with no objects. They can be followed by an adverb (*lengi* for a long time), a prepositional phrase (*eftir þér* for you) or nothing at all: *bíða, fljúga, ganga, hlaupa, koma, standa, detta, flytja, geta, liggja, sitja, sleppa.*

Ég + *bíða* + *eftir þér* (prepositional phrase) –>	*Ég*	*bíð eftir*	*þér*
	I	wait for	you
Ég + *bíða* + *lengi* (an adverb)–>	*Ég*	*bíð*	*lengi*
	I	wait	for a long time
Ég + *bíða* (nothing at all) –>	*Ég*	*bíð*	
	I	wait	
Ég + *fljúga* + *til útlanda* (prepositional phrase) –>	*Ég*	*flýg*	*til útlanda*
	I	fly	abroad
Ég + *ganga* + *heim* (an adverb) –>	*Ég*	*geng*	*heim*
	I	walk	home
Ég + *hlaupa* + *hratt* (an adverb) –>	*Ég*	*hleyp*	*hratt*
	I	run	fast
Ég + *koma* + *seint* (an adverb) –>	*Ég*	*kem*	*seint*
	I	will come	late
Ég + *koma* + *í kvöld* (prepositional phrase) –>	*Ég*	*kem*	*í kvöld*
	I	will come	this evening
Ég + *standa* + *á götunni* (prepositional phrase) –>	*Ég*	*stend*	*á götunni*
	I	stand	on the street
Ég + *detta* + *á svellinu* (prepositional phrase) –>	*Ég*	*dett*	*á svellinu*
	I	fall	on the ice
Ég + *flytja* + *til útlanda* (prepositional phrase) –>	*Ég*	*flyt*	*til útlanda*
	I	move	abroad

Ég + geta + komið (a verb in past participle) –>	*Ég*	*get*	*komið*
	I	can	come
Ég + liggja + í sófanum (prepositional phrase) –>	*Ég*	*ligg*	*í sófanum*
	I	lay	on the sofa
Ég + sitja + í stólnum (prepositional phrase) –>	*Ég*	*sit*	*í stólnum*
	I	sit	in the chair
Ég + sleppa (nothing at all) –>	*Ég*	*slepp*	
	I	get away	

(4) This is a small group of verbs, strong and weak. The stem ends in a vowel, *-r* or *-s*, e.g. *þvo* wash, *skera* cut, and *kjósa* choose. If the stem ends in a vowel the ending in the 2nd person singular is *-rð*; if the stem ends in *-r* the ending in the 2nd person singular is *-ð*; and if the stem ends in *-s* the ending in the 2nd person singular is *-t*. In the third person singular the verbs with stems that end in a vowel get an *-r* ending, but if the stem ends in *-r* or *-s* there is no ending. Verbs in this class often have a vowel shift (i-umlaut ◈) from infinitive to present tense singular, depending on the stem vowel (see page 120 on i-umlaut). In verbs like *blæja* and *spyrja* the *-j-* disappears in the singular. In *hlæja* the j-rule applies (see p. 117).

		búa	**fara**	**lesa**	**hlæja**
sing.	**1. p.** ég	bý- ◈	fer- ◈	les-	hlæ-
	2. p. þú	bý-rð ◈	fer-ð ◈	les-t	hlæ-rð
	3. p. hann	bý-r ◈	fer- ◈	les-	hlæ-r
plur.	**1. p.** við	bú-um	för-um ʘ	les-um	hlæ-j-um
	2. p. þið	bú-ið	far-ið	les-ið	hlæ-ið
	3. p. þau	bú-a	far-a	les-a	hlæ-j-a

A few verbs from this class:[27]

búa live	*ég bý* ◈	*þú bý-rð*
fara go	*ég fer* ◈	*þú fer-ð*
fá (+acc.) get	*ég fæ* ◈	*þú fæ-rð*
hlæja laugh	*ég hlæ*	*þú hlæ-rð*
kjósa (+acc.) choose	*ég kýs* ◈	*þú kýs-t*
lesa (+acc.) read	*ég les*	*þú les-t*
ná get, obtain	*ég næ* ◈	*þú næ-rð*
spyrja (+acc./+gen.) ask	*ég spyr*	*þú spyr-ð*
sjá (+acc.) see	*ég sé* ◈	*þú sé-rð*
skera (+acc.) cut	*ég sker*	*þú sker-ð*
slá (+acc.) hit	*ég slæ* ◈	*þú slæ-rð*
þvo (+acc.) wash	*ég þvæ* ◈	*þú þvæ-rð*

1. Verbs with one object:

a. Verbs that take the accusative: *fá, kjósa, lesa, sjá, skera, slá, þvo.*

Ég + fá (+acc.) + *bíllinn* (nom.) –>	*Ég*	*fæ*	*bílinn* (acc.)
	I	get	the car

27 There are very few verbs in this class. The verbs in the list are almost all the verbs in Class 4.

Ég + *kjósa* (+acc.) + *stelpan* (nom.) –>	*Ég*	*kýs*	*stelpuna* (acc.)
	I	choose	the girl
Ég + *lesa* (+acc.) + *blaðið* (nom.) –>	*Ég*	*les*	*blaðið* (acc.)
	I	read	the paper
Ég + *sjá* (+acc.) + *myndin* (nom.) –>	*Ég*	*sé*	*myndina* (acc.)
	I	see	the film
Ég + *skera* (+acc.) + *kakan* (nom.) –>	*Ég*	*sker*	*kökuna* (acc.)
	I	cut	the cake
Ég + *slá* (+acc.) + *hesturinn* (nom.) –>	*Ég*	*slæ*	*hestinn* (acc.)
	I	hit	the horse
Ég + *þvo* (+acc.) + *buxurnar* (nom. plur.) –>	*Ég*	*þvæ*	*buxurnar* (acc. plur.)
	I	wash	the trousers

b. Verb that takes the dative: *ná*.

Ég + *ná* (+dat.) + *rútan* (nom.) –>	*Ég*	*næ*	*rútunni* (dat.)
	I	catch	the bus

2. Verb that takes two objects. In this case the first object is in the accusative and the second in the genitive: *spyrja*.

Ég + spyrja (+acc./+gen.) + hún (nom.) + spurningar (nom. plur.) –>

Ég	*spyr*	*hana* (acc.)	*spurninga* (gen.)
I	ask	her	questions

3. Verbs with no objects. They can be followed by an adverb (*hátt* loudly), a prepositional phrase (*í Reykjavík* in Reykjavík) or nothing at all: *búa, fara, hlæja*.

Ég + *búa* + *í Reykjavík* (prepositional phrase) –>	*Ég*	*bý*	*í Reykjavík*
	I	live	in Reykjavík
Ég + *fara* + *á morgun* (prepositional phrase) –>	*Ég*	*fer*	*á morgun*
	I	go	tomorrow
Ég + *hlæja* + *hátt* (an adverb) –>	*Ég*	*hlæ*	*hátt*
	I	laugh	loudly
Ég + *hlæja* (nothing at all) –>	*Ég*	*hlæ*	
	I	laugh	

5 Case

In Icelandic, nominals have different forms depending on where they stand in a sentence and what kind of a role they play, this is called declension. There are four different cases in Icelandic: nominative (nom.), accusative (acc.), dative (dat.) and genitive (gen.).

It is usually either a *verb* or a *preposition* that decides the case of the nominal:

Hann *borðar* (+acc.) *köku* (acc.)
He eats a cake

Hann *er* *frá* (+dat.) *Íslandi* (dat.)
He is from Iceland

5.1 Verbs

The *subject* of a sentence is usually in the *nominative* and comes before the verb. It most often indicates *the agent*, i.e. the one who acts:

	masculine	feminine	neuter
singular	*strákurinn* (nom.) *hjólar* the boy cycles	*stelpan* (nom.) *borðar* the girl eats	*barnið* (nom.) *talar* the child speaks
plural	*strákarnir* (nom.) *veiða* the boys fish	*stelpurnar* (nom.) *lesa* the girls read	*börnin* (nom.) *syngja* the children sing

In normal word order a so-called *predicate* follows the verbs *vera* be, and *verða* become. It comes just after the verb and is always in the nominative:

Barnið (neuter sing. nom.) *er* *duglegt* (neuter sing. nom.)
The child is hard-working

Nominals that follow the verb and that bear a case determined by the verb are called *objects* of the verb. Many verbs have one object which often stands for a *patient*, i.e. the one affected by the action of the verb:

Hann *skammar* (+acc.) *strákinn* (acc.)
He scolds the boy

The verb decides the case of the object. Some verbs assign the accusative to their objects, e.g. *eiga* have, *sjá* see, others the dative, e.g. *loka* close, *bjóða* invite, and a very few assign the genitive, e.g. *sakna* miss, *gæta* look after. Verbs always take the same case.

Verbs that assign the accusative to their objects:

Hún + *eiga* (+acc.) + *bíll* (nom.) –>	*Hún*	*á*	*bíl* (acc.)
	She	has	a car
Hann + *elda* (+acc.) + *góður matur* (nom.) –>	*Hann*	*eldar*	*góðan mat* (acc.)
	He	makes	delicious food

Verbs that assign the dative to their objects:

Hann + *loka* (+dat.) + *glugginn* (nom.) –>	*Hann*	*lokar*	*glugganum* (dat.)
	He	closes	the window
Hún + *bjóða* (+dat.) + *allar stelpurnar* –> (nom. plur.)	*Hún*	*býður*	*öllum stelpunum* (dat.)
	She	invites	all the girls

Verb that assigns the genitive to its object:

Hann + *sakna* (+gen.) + *hún* (nom.) –>	*Hann*	*saknar*	*hennar* (gen.)
	He	misses	her

Some verbs have two objects. The first is usually in the dative and the second in the accusative, e.g. the verb *gefa* give:

Hann + *gefa* (+ dat./+acc.) + *hún* (nom.) + *bók*–> (nom.)	*Hann*	*gefur*	*henni* (dat.)	*bók* (acc.)
	He	gives	her	a book

The meaning of a verb does not decide the case of the nominal. Two different verbs, with the same meaning, can assign different cases to their objects:

Strákurinn	*keyrir* (+acc.)	*bílinn* (acc.)
The boy	drives	the car
Strákurinn	*ekur* (+dat.)	*bílnum* (dat.)
The boy	drives	the car

5.2 Prepositions

Prepositions express relations and they also determine the cases of nouns. Nouns following prepositions are in oblique cases; the accusative, the dative or the genitive, e.g. *um* (+acc.) about and *frá* (+dat.) from:

Gjöfin	*er*	*frá* (+dat.)	*þér* (dat.)
The present	is	from	you

Some prepositions always take the same case, e.g. *um* (+acc.) about, *frá* (+dat.) from and *til* (+gen.) to. But other take more than one case, e.g. *í* (+acc./dat.) in and *á* (+acc./dat.) on. There are two main groups of prepositions; prepositions of place and prepositions of time.

Prepositions of place

A. Prepositions of place which describe being at a particular location.

They always accompany verbs that describe being situated in a particular way, e.g. *vera* be, *liggja* lie, *sitja* sit, *standa* stand.

These assign accusative:

á bak við
behind

Hundurinn er á bak við strákinn (acc.)
The dog is behind the boy

fyrir framan
in front of

Strákurinn er fyrir framan hundinn (acc.)
The boy is in front of the dog

vinstra megin við
on the left side

Hundurinn er vinstra megin við strákinn (acc.)
The dog is on the boy's left side

hægra megin við
on the right side

Strákurinn er hægra megin við hundinn (acc.)
The boy is on the dog's right side

við
by

Hann stendur við bílinn (acc.)
He stands by the car

These assign dative:

(beint) á móti
opposite

Strákurinn situr beint á móti stelpunni (dat.)
The boy sits opposite the girl

hjá
by

Strákurinn situr hjá stelpunni (dat.)
The boy sits by the girl

nálægt
near

Stelpan situr nálægt stráknum (dat.)
The girl sits near the boy

við hliðina á
beside

Stelpan situr við hliðina á stráknum (dat.)
The girl sits beside the boy

This assigns genitive:

á milli	*Hundurinn er á milli stráksins* (gen.) *og stelpunnar* (gen.)
between	The dog is between the boy and the girl

B. Prepositions of place which describe motion to and from a location.

They are accompanied by verbs that describe motion, e.g. *fara* go, *setja* put, *ganga* walk.

These assign dative:

af	*Hann tekur diskana af borðinu* (dat.)
off/from	He removes the plates from the table
frá	*Jón er að koma frá París* (dat.)
from	Jón is arriving from Paris
úr	*Hún er að koma úr leikhúsinu* (dat.)
from	She is coming from the theatre

This one assigns genitive:

til	*Jón er að fara til Parísar* (gen.)
to	Jón is going to Paris

Several prepositions can take more than one case, e.g. *á* on, *í* in and *undir* under. This depends on the meaning. If the sentence involves motion they take the accusative; if it does not, they take dative:

	NON-MOVEMENT - DATIVE	MOVEMENT - ACCUSATIVE
á	*Bókin er á borðinu* (dat.)	*Hann leggur bókina á borðið* (acc.)
on	The book is on the table	He puts the book on the table
í	*Hann er í peysunni* (dat.)	*Hann fer í peysuna* (acc.)
in	He is wearing the sweater	He puts the sweater on
undir	*Kisan er undir rúminu* (dat.)	*Kisan fer undir rúmið* (acc.)
under	The cat is under the bed	The cat goes under the bed

Prepositions of time

fyrir (+dat.) ago < –- (refers to the past)	*í* (+acc.) for * (refers to the present)	*eftir* (+acc.) in –-> (refers to the future)
fyrir einu ári a year ago	*í ár* for a year	*eftir ár* in a year
fyrir mánuði a month ago	*í mánuð* for a month	*eftir mánuð* in a month
fyrir viku a week ago	*í viku* for a week	*eftir viku* in a week
fyrir tveimur dögum two days ago	*í tvo daga* for two days	*eftir tvo daga* in two days

Hvenær fór hún/hann? When did she/he leave?	*Hvað ætlar hún/hann að vera lengi?* How long is she/he staying?	*Hvenær fer hún/hann?* When will she/he leave?
Hún fór fyrir einu ári (dat.) She went one year ago	*Hún verður í viku* (acc.) She will stay for a week	*Hún fer eftir tvo daga* (acc.) She will leave in two days
Hann fór fyrir viku (dat.) He went a week ago	*Hann verður í mánuð* (acc.) He will stay for a month	*Hann fer eftir viku* (acc.) He will go in a week

Other prepositions

Með with, takes either accusative or dative:

The preposition *með* in *vera með* (have on) assigns the accusative when we talk about parts of our body and also things that we have on or have about our person (hat, glove, bag etc.).

Ég *er með* *ljóst hár* (acc.)
I have blond hair

Ég *er með* *nýjan hatt* (acc.)
I have a new hat on

The preposition *með* assigns the dative when we talk about things.

Brauðið *er með* (+dat.) *smjöri* (dat.) *og osti* (dat.)
The bread has butter and cheese on it

Með (+dat.) when we talk about people who accompany us independently.

Ég fer með manninum mínum (dat.) *í göngutúr*
I will go for a walk with my husband

Með (+acc.) when we talk about individuals who accompany us under our direction (children or animals).

Ég fer með barnið (acc.) til læknis
I will take the child to the doctor

Usually the preposition *við* to, assigns the accusative:

Hann	*talar*	*við*	*mig* (acc.)
He	talks	to	me

Hann	*dansar*	*við*	*hana* (acc.)
He	dances	with	her

Hann	*segir*	*góðan daginn*	*við*	*mig* (acc.)
He	says	good morning	to	me

Honum líkar vel við hana (acc.)
He likes her a lot

6 Declension

Nouns, pronouns, the definite article, adjectives and numerals decline in gender: masculine, feminine and neuter; in number: singular and plural; and in case: nominative, accusative, dative and genitive. In this chapter we will discuss the declension of nominals. When nominals decline, they change. The endings are different for each case and sometimes the stem changes as well, e.g. *bíl/l* (nom.), *bíl* (acc.) car, *gat/a* (nom.) ***göt/u*** (acc.) street.

6.1 Declension of nouns

In these lists you will see the declension of two words from each of the six groups of nouns introduced in Chapter one:

masculine	feminine	neuter
1 m (-a, -ar) penn-i	**3 f** (-u, -ur) stelp-a	**5 n** (-a, -u) aug-a
2 m (-s, -ar) strák-ur	**4 f** (-ar, -ir) mynd- gjöf- ʘ	**6 n** (-s, -) brauð- epli-

The first word is without a vowel shift and the second word has *-a-* as a stem vowel and involves a u-umlaut.

1 m (-a, -ar). Stem vowel ≠ a:

	singular	plural
nom.	penn-i	penn-ar
acc.	penn-a	penn-a
dat.	penn-a	penn-um
gen.	penn-a	penn-a

1 m (-a, -ar). Stem vowel = a:

nom.	jakk-i	jakk-ar
acc.	jakk-a	jakk-a
dat.	jakk-a	jökk-um
gen.	jakk-a	jakk-a

Pay attention to the u-umlaut in the dative plural when the ending begins with *-u*: *jökkum.*

2 m (-s, -ar). Stem vowel ≠ a:

nom.	strák-ur	strák-ar
acc.	strák-	strák-a
dat.	strák-[28]	strák-um
gen.	strák-s	strák-a

2 m (-s, -ar). Stem vowel = a:

nom.	garð-ur	garð-ar
acc.	garð-	garð-a
dat.	garð-i	görð-um
gen.	garð-s	garð-a

Pay attention to the u-umlaut in the dative plural when the ending begins with *-u*: *görðum.*

3 f (-u, -ur). Stem vowel ≠ a:

nom.	stelp-a	stelp-ur
acc.	stelp-u	stelp-ur
dat.	stelp-u	stelp-um
gen.	stelp-u	stelp-na

3 f (-u, -ur). Stem vowel = a:

nom.	gat-a	göt-ur
acc.	göt-u	göt-ur
dat.	göt-u	göt-um
gen.	göt-u	gat-na

Pay attention to the u-umlaut in all cases except nominative singular and genitive plural.

28 Words in this group have either no ending in the dative as for *strákur* a boy, or an *-i* ending as for *garður* a garden. The rule of thumb is: A. if the stem of a word from this group ends in one consonant, they get no ending in the dative, e.g. *strák/ur* is *strák* in the dative. B. if the stem ends in two consonants they get an *-i* ending in the dative, e.g. *garð/ur* is *garð/i* in the dative, unless these two consonants are *-kk-*, *-gg-* or *-ng-* in which case there is no ending in the dative singular, e.g. *sokk/ur* a sock, is *sokk* in the dative singular, *vegg/ur* a wall, is *vegg* in the dative singular and *hring/ur* a ring, is *hring* in the dative singular. This rule has many exceptions but can be used as a guideline.

4 f (-ar, -ir). Stem vowel ≠ a:

nom.	mynd-	mynd-ir
acc.	mynd-	mynd-ir
dat.	mynd-	mynd-um
gen.	mynd-ar	mynd-a

4 f (-ar, -ir). Stem vowel = a:

nom.	gjöf-Θ	gjaf-ir
acc.	gjöf-Θ	gjaf-ir
dat.	gjöf-Θ	gjöf-um
gen.	gjaf-ar	gjaf-a

Here u-umlaut occurs in the nominative, accusative and dative singular and the dative plural.

5 n (-a, -u). Stem vowel ≠ a:

nom.	aug-a	aug-u
acc.	aug-a	aug-u
dat.	aug-a	aug-um
gen.	aug-a	aug-na

5 n (-a, -u). Stem vowel = a:

nom.	hjart-a	hjört-u
acc.	hjart-a	hjört-u
dat.	hjart-a	hjört-um
gen.	hjart-a	hjart-na

Here u-umlaut occurs in the nominative, accusative and dative plural.

6 n (-s, -). Stem vowel ≠ a:

nom.	blóm-	blóm-
acc.	blóm-	blóm-
dat.	blóm-i	blóm-um
gen.	blóm-s	blóm-a

6 n (-s, -). Stem vowel = a:

nom.	barn-	börn- Θ
acc.	barn-	börn- Θ
dat.	barn-i	börn-um
gen.	barn-s	barn-a

Here we get u-umlaut in the nominative, accusative and the dative plural.

6 n (-s, -). The stem ends in a vowel but the endings are the same:

nom.	epli-	epli-
acc.	epli-	epli-
dat.	epli[29]	epl-um
gen.	epli-s	epl-a

Many nouns are irregular but we will not discuss them here. Some are very common, e.g. *maður* man, *móðir* mother, *faðir* father, *systir* sister, *bróðir* brother, *sonur* son, *dóttir* daughter:

sing. nom.	maður	móðir	faðir	systir	bróðir	dóttir	sonur
acc.	mann	móður	föður	systur	bróður	dóttur	son
dat.	manni	móður	föður	systur	bróður	dóttur	syni
gen.	manns	móður	föður	systur	bróður	dóttur	sonar
plur. nom.	menn[30]	mæður	feður	systur	bræður	dætur	synir
acc.	menn	mæður	feður	systur	bræður	dætur	syni
dat.	mönnum	mæðrum	feðrum	systrum	bræðrum	dætrum	sonum
gen.	manna	mæðra	feðra	systra	bræðra	dætra	sona

3 easy steps to form a sentence

We want to make the sentence: *I eat a sandwich.*

1. The subject comes first. Subjects are usually a noun or a pronoun in the nominative (the form you find in the dictionary), e.g. *Ég* I.

29 The stem ends in *-i* and the ending is *-i* but the result is one *-i*: *epli* + *-i* –> **epli* –> *epli.*
30 This becomes mennirnir with the definite article.

2. The verb is in the second position in the sentence. There are two things that you need to know about verbs:

a. The group of conjugation
b. The case the verb takes

The dictionary gives you that information: borða **v** **(acc.)** **(-aði)** to eat. The abbreviation **acc.** shows you that this verb takes the accusative and **-aði**[31] points to the first class of verbs in present tense.

Ég	*borða . . .*
I	eat . . .

3. Finally you need an object. That is usually a noun or a pronoun. You use the information from the dictionary to find out the gender and group this noun belongs to, e.g. *samlok/a* **f** **(-u, -ur)** sandwich. This word declines like *stelp/a* (3 f (-u, -ur) above). The case of the object is always decided by the verb. Here it is accusative (borða (acc.)). We know that the stem is *samlok-* and so we just need the right ending for the accusative singular:

3 f (-u, -ur):

nom.	stelp-a	stelp-ur
acc.	stelp-**u** <––	stelp-ur
dat.	stelp-u	stelp-um
gen.	stelp-u	stelp-na

As you can see from the paradigm the ending is *-u* and we add that to the stem *samlok-* and get *samloku* (acc. sing.). The complete sentence is:

Ég	borða	samloku
I	eat	a sandwich

6.2 Declension of the definite article

The definite article is added to the end of the word in the appropriate case. In the dative plural the *-m* from the ending of words is dropped when the definite article is added, e.g. *pennum* (dat. plur.) pens, *pennunum* the pens.

31 *-aði* is the past tense suffix.

	singular with the definite article	plural with the definite article

1 m (-a, -ar)

nom.	penni-**nn**	pennar-**nir**
acc.	penna-**nn**	penna-**na**
dat.	penna-**num**	pennu-**num**
gen.	penna-**ns**	penna-**nna**

2 m (-s, -ar)

nom.	strákur-**inn**	strákar-**nir**
acc.	strák-**inn**	stráka-**na**
dat.	strák-**num**	stráku-**num**
gen.	stráks-**ins**	stráka-**nna**

3 f (-u, -ur)

nom.	stelpa-**n**	stelpur-**nar**
acc.	stelpu-**na**	stelpur-**nar**
dat.	stelpu-**nni**	stelpu-**num**
gen.	stelpu-**nnar**	stelpna-**nna**

4 f (-ar, -ir)

nom.	mynd-**in**	myndir-**nar**
acc.	mynd-**ina**	myndir-**nar**
dat.	mynd-**inni**	myndu-**num**
gen.	myndar-**innar**	mynda-**nna**

5 n (-a, -u)

nom.	auga-**ð**	augu-**n**
acc.	auga-**ð**	augu-**n**
dat.	auga-**nu**	augu-**num**
gen.	auga-**ns**	augna-**nna**

6 n (-s, -)

nom.	blóm-**ið**	blóm-**in**
acc.	blóm-**ið**	blóm-**in**
dat.	blóm-**inu**	blómu-**num**
gen.	blóms-**ins**	blóma-**nna**

and

nom.	epli-**ð**	epli-**n**
acc.	epli-**ð**	epli-**n**
dat.	epli-**nu**	eplu-**num**
gen.	eplis-**ins**	epla-**nna**

6.3 Declension of adjectives

Adjectives decline in all genders, both numbers and all cases. In the tables below you will see the declension of two adjectives, one without a u-umlaut and the other with a u-umlaut.

1. Regular adjectives

Without a u-umlaut:

	masculine	feminine	neuter
sing. nom.	*dugleg-ur* strákur	*dugleg-* stelpa	*dugleg-t* barn
acc.	*dugleg-an* strák	*dugleg-a* stelpu	*dugleg-t* barn
dat.	*dugleg-um* strák	*dugleg-ri* stelpu	*dugleg-u* barni
gen	*dugleg-s* stráks	*dugleg-rar* stelpu	*dugleg-s* barns
plur. nom.	*dugleg-ir* strákar	*dugleg-ar* stelpur	*dugleg-* börn
acc.	*dugleg-a* stráka	*dugleg-ar* stelpur	*dugleg-* börn
dat.	*dugleg-um* strákum	*dugleg-um* stelpum	*dugleg-um* börnum
gen.	*dugleg-ra* stráka	*dugleg-ra* stelpna	*dugleg-ra* barna

Adjectives appear in the same gender, number and case as the noun they describe.

Ég + *sjá* (+acc.) + *strákur* (masc. sing. nom.) –> *Ég sé strák* (masc. sing. acc.)
I see a boy

Ég + *sjá* (+acc.) + *duglegur strákur* (masc. sing. nom.) –> *Ég sé duglegan strák* (masc. sing. acc.)
I see a hard-working boy

Ég + *sjá* (+acc.) + *strákar* (masc. plur. nom.) –> *Ég* *sé* *stráka* (masc. plur. acc.)
I see boys

Ég + *sjá* (+acc.) + *duglegir strákar* –> *Ég* *sé* *duglega stráka* (masc. plur. acc.)
(masc. plur. nom.) I see hard-working boys

Adjectives with u-umlaut:

	masculine	feminine	neuter
sing. nom.	*lat-ur* strákur	Θ*löt-* stelpa	*lat-t* barn
acc.	*lat-an* strák	*lat-a* stelpu	*lat-t* barn
dat.	*löt-um* strák	*lat-ri* stelpu	*löt-u* barni
gen.	*lat-s* stráks	*lat-rar* stelpu	*lat-s* barns
plur. nom.	*lat-ir* strákar	*lat-ar* stelpur	Θ*löt-* börn
acc.	*lat-a* stráka	*lat-ar* stelpur	Θ*löt-* börn
dat.	*löt-um* strákum	*löt-um* stelpum	*löt-um* börnum
gen.	*lat-ra* stráka	*lat-ra* stelpna	*lat-ra* barna

If you look at the paradigm above, you will notice three endings beginning with *-r*: *-ri* (feminine, dative, singular), *-rar* (feminine, genitive, singular) and *-ra* (genitive, plural). In some adjectives (see p. 103 and 116) this *-r* changes to *-n* following an *-n-* and to *-l-* following an *-l-*: *græn+ri* —> *grænni* green, *heil+ra*—> *heilla* whole.

2. Adjectives that end with *-n* are e.g. *græn/n* green, *hrein/n* clean, *bein/n* straight, *sein/n* late, *fín/n* fine:

	masculine	feminine	neuter
sing. nom.	*græn-n* penni	*græn-* mynd	*græn-t* blóm
acc.	*græn-an* penna	*græn-a* mynd	*græn-t* blóm
dat.	*græn-um* penna	*græn-***ni** mynd	*græn-u* blómi
gen.	*græn-s* penna	*græn-***nar** myndar	*græn-s* blóms
plur. nom.	*græn-ir* pennar	*græn-ar* myndir	*græn-* blóm
acc.	*græn-a* penna	*græn-ar* myndir	*græn-* blóm
dat.	*græn-um* pennum	*græn-um* myndum	*græn-um* blómum
gen.	*græn-***na** penna	*græn-***na** mynda	*græn-***na** blóma

Adjectives that end with *-l* are e.g. *heil/l* whole, *hál/l* slippery, *fúl/l* grumpy, *gamal/l* old.

In two-syllable words that end with *-l* or *-n*, e.g. *fyndin/n* funny, the second vowel drops where the ending begins with a vowel, e.g. *gamal/l*:

	masculine	feminine	neuter
sing. nom.	*gamal-l* penni	*gömul-* mynd	*gamal-t* epli
acc.	*gaml-an* penna	*gaml-a* mynd	*gamal-t* epli
dat.	*göml-um* penna	*gamal*-**li** mynd	*göml-u* epli
gen.	*gamal-s* penna	*gamal*-**lar** myndar	*gamal-s* eplis
plur. nom.	*gaml-ir* pennar	*gaml-ar* myndir	*gömul-* epli
acc.	*gaml-a* penna	*gaml-ar* myndir	*gömul-* epli
dat.	*göml-um* pennum	*göml-um* myndum	*göml-um* eplum
gen.	*gamal*-**la** penna	*gamal*-**la** mynda	*gamal*-**la** epla

3. If the stem ends in a vowel, e.g. *blá/r* blue, *grá/r* gray, *mjó/r* slim, *ný/r* new, then there are two things to notice:

- in the neuter the *-t* in the ending doubles
- when the endings begin with *-r* it doubles

	masculine	feminine	neuter
sing. nom.	*blá-r* penni	*blá-* mynd	*blá*-**tt** epli
acc.	*blá-an* penna	*blá-a* mynd	*blá*-**tt** epli
dat.	*blá-um* penna	*blá*-**rri** mynd	*blá-u* epli
gen.	*blá-s* penna	*blá*-**rrar** myndar	*blá-s* eplis
plur. nom.	*blá-ir* pennar	*blá-ar* myndir	*blá-* epli
acc.	*blá-a* penna	*blá-ar* myndir	*blá-* epli
dat.	*blá-um* pennum	*blá-um* myndum	*blá-um* eplum
gen.	*blá*-**rra** penna	*blá*-**rra** mynda	*blá*-**rra** epla

The word *nýr* belongs to the same group as *blár*: its stem ends with a vowel. But in *nýr* the j-rule (see p. 117) is at work:

	masculine	feminine	neuter
sing. nom.	*ný-r* penni	*ný-* mynd	*ný*-**tt** epli
acc.	*ný-j-an* penna	*ný-j-a* mynd	*ný*-**tt** epli
dat.	*ný-j-um* penna	*ný*-**rri** mynd	*ný-j-u* epli
gen.	*ný-s* penna	*ný*-**rrar** myndar	*ný-s* eplis

	masculine	feminine	neuter
plur. nom.	*ný-ir* pennar	*ný-j-ar* myndir	*ný-* epli
acc.	*ný-j-a* penna	*ný-j-ar* myndir	*ný-* epli
dat.	*ný-j-um* pennum	*ný-j-um* myndum	*ný-j-um* eplum
gen.	*ný*-**rra** penna	*ný*-**rra** mynda	*ný*-**rra** epla

4. The stem ends in *-ð*, or *-dd*: *glað/ur* glad, *góð/ur* good, *hrædd/ur* frightened, *rauð/ur* red. In neuter the *-ð* and *-dd* change to *-t* before the ending *-t*:

	masculine	feminine	neuter
sing. nom.	*rauð-ur* penni	*rauð-* mynd	*rau*tt epli
acc.	*rauð-an* penna	*rauð-a* mynd	*rau*tt epli
dat.	*rauð-um* penna	*rauð-ri* mynd	*rauð-u* epli
gen.	*rauð-s* penna	*rauð-rar* myndar	*rauð-s* eplis
plur. nom.	*rauð-ir* pennar	*rauð-ar* myndir	*rauð-* epli
acc.	*rauð-a* penna	*rauð-ar* myndir	*rauð-* epli
dat.	*rauð-um* pennum	*rauð-um* myndum	*rauð-um* eplum
gen.	*rauð-ra* penna	*rauð-ra* mynda	*rauð-ra* epla

5. The stem ends with *-r* or *-s*: *ljós* light, *dýr* expensive, *stór* big:

	masculine	feminine	neuter
sing. nom.	*stór-* penni	*stór-* mynd	*stór-t* epli
acc.	*stór-an* penna	*stór-a* mynd	*stór-t* epli
dat.	*stór-um* penna	*stór-ri* mynd	*stór-u* epli
gen.	*stór-s* penna	*stór-rar* myndar	*stór-s* eplis
plur. nom.	*stór-ir* pennar	*stór-ar* myndir	*stór-* epli
acc.	*stór-a* penna	*stór-ar* myndir	*stór-* epli
dat.	*stór-um* pennum	*stór-um* myndum	*stór-um* eplum
gen.	*stór-ra* penna	*stór-ra* mynda	*stór-ra* epla

6. The stem ends with *-Ct, -Cð, -Cd.* The *-ð-* and *-d-* change to *-t-* before the ending *-t* in neuter but the *-t* ending drops out: *dökkhærð/ur* darkhaired, *kald/ur* cold, *ljóshærð/ur* blond, *svart/ur* black, *vond/ur* bad:

	masculine	feminine	neuter
sing. nom.	*rauðhærð-ur* strákur	*rauðhærð-* stelpa	*rauðhært* barn
acc.	*rauðhærð-an* strák	*rauðhærð-a* stelpu	*rauðhært* barn
dat.	*rauðhærð-um* strák	*rauðhærð-ri* stelpu	*rauðhærð-u* barni
gen.	*rauðhærð-s* stráks	*rauðhærð-rar* stelpu	*rauðhærð-s* barns
plur. nom.	*rauðhærð-ir* strákar	*rauðhærð-ar* stelpur	*rauðhærð -* börn
acc.	*rauðhærð-a* stráka	*rauðhærð-ar* stelpur	*rauðhærð -* börn
dat.	*rauðhærð-um* strákum	*rauðhærð-um* stelpum	*rauðhærð-um* börnum
gen.	*rauðhærð-ra* stráka	*rauðhærð-ra* stelpna	*rauðhærð-ra* barna

6.4 Declension of numerals

Numerals from 1-4 decline in gender and case. They behave like adjectives and stand in the same gender and case as the noun they refer to.

The numeral *einn* one, declines like this:

	masculine	feminine	neuter
nom.	*einn* bíll	*ein* gata	*eitt* hús
acc.	*einn* bíl	*eina* götu	*eitt* hús
dat.	*einum* bíl	*einni* götu	*einu* húsi
gen.	*eins* bíls	*einnar* götu	*eins* húss

The numeral *tveir* two, declines like this:

	masculine	feminine	neuter
nom.	*tveir* bílar	*tvær* götur	*tvö* hús
acc.	*tvo* bíla	*tvær* götur	*tvö* hús
dat.	*tveim(ur)*[32] bílum	*tveim(ur)* götum	*tveim(ur)* húsum
gen.	*tveggja* bíla	*tveggja* gatna	*tveggja* húsa

32 There are two forms in the dative *tveim* or *tveimur*. You can choose freely.

The numeral *þrír* three, declines like this:

	masculine	feminine	neuter
nom.	*þrír* símar	*þrjár* konur	*þrjú* glös
acc.	*þrjá* síma	*þrjár* konur	*þrjú* glös
dat.	*þrem(ur)*[33] símum	*þrem(ur)* konum	*þrem(ur)* glösum
gen.	*þriggja* síma	*þriggja* kvenna[34]	*þriggja* glasa

The numeral *fjórir* four, declines like this:

	masculine	feminine	neuter
nom.	*fjórir* skólar	*fjórar* tölvur	*fjögur* epli
acc.	*fjóra* skóla	*fjórar* tölvur	*fjögur* epli
dat.	*fjórum* skólum	*fjórum* tölvum	*fjórum* eplum
gen.	*fjögurra* skóla	*fjögurra* tölva	*fjögurra* epla

33 There are two forms in the dative *þrem* or *þremur*. You can choose freely.
34 The genitive plural of *kona* is irregular.

7 Conjugation of verbs in the past tense

The past tense is formed in two ways.

Weak verbs, which are the majority of all verbs in Icelandic, take a dental suffix (-*ð*/-*d*/-*t*) in the past tense. Weak verbs also get special endings in the past tense:

present	past
ég borða I eat	*ég borða-ð-i* I ate
ég sýni I show	*ég sýn-d-i* I showed

Strong verbs form the past tense in a different way. They do not take a dental suffix but alter their stem vowel in the past tense. These vowel changes are different from u- and i-umlaut and occur only in the conjugation of verbs. Strong verbs also get special endings in the past tense:

present	past
þú gríp-ur you catch	*þú greip-st* you caught
þú hleyp-ur you run	*þú hljóp-st* you ran

7.1 Weak verbs

The past tense is formed with the dental suffix -*ð*-, -*d*- or -*t*- depending on the stem of the verb.

-ð-	after vowel	*nota* use	nota-ð-i	marked -*aði*- in the dictionary
	after -r-	*ger/a* do	*ger-ð-i*	marked -*ði*- in the dictionary
	after -f-	*haf/a* have	*haf-ð-i*	marked -*ði*- in the dictionary
	after -g-	*leig-j/a* rent	*leig-ð-i*	marked -*ði*- in the dictionary
-d-	after -m-	*dreym/a* dream	*dreym-d-i*	marked -*di*- in the dictionary
	after -n-	*sýn/a* show	*sýn-d-i*	marked -*di*- in the dictionary
	after -l-	*sel-j/a* sell	*sel-d-i*	marked -*di*- in the dictionary
	after -ð-	*veið/a* hunt	*veid-d-i*[35]	marked -*di*- in the dictionary
-t-	after -t-	*bæt/a* add	*bæt-t-i*	marked -*ti*- in the dictionary
	after -k-	*vak/a* wake	*vak-t-i*	marked -*ti*- in the dictionary
	after -p-	*æp/a* yell	*æp-t-i*	marked -*ti*- in the dictionary
	after -s-	*læs/a* lock	*læs-t-i*	marked -*ti*- in the dictionary
	after -d-	*synd/a* swim	*synt-i*[36]	marked -*ti*- in the dictionary

35 When the stem ends with -*ð*: *leiða* lead, *greiða* comb and *veiða* hunt, the past tense suffix is -*d*-. The -*ð*- of the stem changes to -*d*- resulting in -*dd*-, *leiddi*, *greiddi* and *veiddi*.
36 In verbs like *synda*, the -*d* of the stem disappears in the past tense.

Inflectional endings in the past tense are the same for all weak verbs. The endings are added to the stem in the past tense (the stem of the verb and the past tense suffix). The verbs *borða* eat, *sýn/a* show and *set-j/a* put, in the past tense:

sing.	**1. p.**	ég borða-ð-i	sýn-d-i	set-t-i
	2. p.	þú borða-ð-ir	sýn-d-ir	set-t-ir
	3. p.	hann borða-ð-i	sýn-d-i	set-t-i
plur.	**1. p.**	við borðu-ð-um Θ	sýn-d-um	set-t-um
	2. p.	þið borðu-ð-uð Θ	sýn-d-uð	set-t-uð
	3. p.	þeir borðu-ð-u Θ	sýn-d-u	set-t-u

Some weak verbs have vowel shift (i-umlaut, ◈) from present to past tense. These verbs are mainly from Class 3 of the present tense and many have *-j-* in the infinitive: *telja* count, *velja* choose. Some are from Class 2: *segja* say, *kaupa* buy. A few are from Class 4: *spyrja* ask:

	infinitive	**1. p. sing. past**
e –> a	telja	taldi ◈
	velja	valdi[37] ◈
	segja	sagði ◈
y –> u	spyrja	spurði ◈
au –> ey	kaupa	keypti ◈

7.2 Strong verbs

The past tense of strong verbs involves a vowel shift and endings. The inflectional endings are the same in the past tense for all strong verbs:

sing.	**1. p.**	ég fór-
	2. p.	þú fór-st
	3. p.	hann fór-
plur.	**1. p.**	við fór-um
	2. p.	þið fór-uð
	3. p.	þeir fór-u

The vowel shift is rather complicated (different vowels in singular and plural) so the best way to learn the past tense of strong verbs is to learn the principal parts. There are four principal parts for strong verbs: the first part is the infinitive (the form you find in dictionaries), the second part is the 1st person singular past, the third part is

37 Not all verbs take i-umlaut in the past tense, e.g. *selja* –> *seldi* sell, *setja* –> *setti* put, *skilja* –> *skildi* understand.

the 1st person plural past and the fourth part is the past participle. When you have learned the principal parts, you have learned the different stems for singular and plural:

infinitive	stem for past tense sing.	stem for past tense plur.	past participle
drekka drink	drakk	drukkum	**drukkið**

With this information you are able to conjugate the verb in the past tense:

infinitive	stem for past tense sing.	stem for past tense plur.	past participle
drekka drink	1. p. drakk- 2. p. drakk-st 3. p. drakk-	1. p. drukk-**um** 2. p. drukk-**uð** 3. p. drukk-**u**	drukkið

infinitive	stem for past tense sing.	stem for past tense plur.	past participle
hlaupa run	1. p. hljóp- 2. p. hljóp-st 3. p. hljóp-	1. p. hlup-**um** 2. p. hlup-**uð** 3. p. hlup-**u**	hlaupið

infinitive	stem for past tense sing.	stem for past tense plur.	past participle
ganga walk	1. p. gekk- 2. p. gekk-st 3. p. gekk-	1. p. geng-**um** 2. p. geng-**uð** 3. p. geng-**u**	gengið

Here is a list of common strong verbs in Icelandic and their principal parts:

1. part **infinitive**	 **present** **1. p. sing.**	**2. part** **1. p. sing. past**	**3. part** **1. p. plur. past**	**4. part** **past participle**
bíða wait	*bíð*	*beið*	*biðum*	*beðið*
grípa catch	*gríp*	*greip*	*gripum*	*gripið*
líta look	*lít*	*leit*	*litum*	*litið*
bjóða invite	*býð*	*bauð*	*buðum*	*boðið*
fljúga fly	*flýg*	*flaug*	*flugum*	*flogið*
ljúka finish	*lýk*	*lauk*	*lukum*	*lokið*
binda tie	*bind*	*batt*	*bundum*	*bundið*
detta fall	*dett*	*datt*	*duttum*	*dottið*
drekka drink	*drekk*	*drakk*	*drukkum*	*drukkið*
finna find	*finn*	*fann*	*fundum*	*fundið*
verða must	*verð*	*varð*	*urðum*	*orðið*
vinna work	*vinn*	*vann*	*unnum*	*unnið*

1. part infinitive	 present 1. p. sing.	2. part 1. p. sing. past	3. part 1. p. plur. past	4. part past participle
bera carry	*ber*	*bar*	*bárum*	*borið*
skera cut	*sker*	*skar*	*skárum*	*skorið*
koma come	*kem*	*kom*	*komum*	*komið*
sofa sleep	*sef*	*svaf*	*sváfum*	*sofið*
ákveða decide	*ákveð*	*ákvað*	*ákváðum*	*ákveðið*
biðja ask	*bið*	*bað*	*báðum*	*beðið*
gefa give	*gef*	*gaf*	*gáfum*	*gefið*
geta be able to	*get*	*gat*	*gátum*	*getað*
lesa read	*les*	*las*	*lásum*	*lesið*
liggja lie	*ligg*	*lá*	*lágum*	*legið*
sitja sit	*sit*	*sat*	*sátum*	*setið*
sjá see	*sé*	*sá*	*sáum*	*séð*
vera be	*er*	*var*	*vorum*	*verið*
aka drive	*ek*	*ók*	*ókum*	*ekið*
deyja die	*dey*	*dó*	*dóum*	*dáið*
fara go	*fer*	*fór*	*fórum*	*farið*
hlæja laugh	*hlæ*	*hló*	*hlógum*	*hlegið*
standa stand	*stend*	*stóð*	*stóðum*	*staðið*
taka take	*tek*	*tók*	*tókum*	*tekið*
heita be called	*heiti*	*hét*	*hétum*	*heitið*
leika play	*leik*	*lék*	*lékum*	*leikið*
hlaupa run	*hleyp*	*hljóp*	*hlupum*	*hlaupið*
búa live	*bý*	*bjó*	*bjuggum*	*búið*
fá get	*fæ*	*fékk*	*fengum*	*fengið*
ganga walk	*geng*	*gekk*	*gengum*	*gengið*
halda hold/think	*held*	*hélt*	*héldum*	*haldið*
láta let	*læt*	*lét*	*létum*	*látið*
ráða control	*ræð*	*réð*	*réðum*	*ráðið*

Answers

2. (annar) kafli

Hvað heitir hún?	*Hún heitir Inga.*
Hvað heitir hann?	*Hann heitir Róbert.*
Hvað heitir þú?	*Ég heiti . . .*
Hvað heitir hann?	*Hann heitir Marco.*
Hvað heita þær?	*Þær heita Vala og Inga.*
Hvað heita þau?	*Þau heita Vala, Inga og Marco.*
Er þetta mamma þín?	*Nei, þetta er ekki mamma mín.*
Er þetta bróðir þinn?	*Já, þetta er bróðir minn.*
Er Guðni strákur?	*Já, hann er strákur.*
Er Auður kona?	*Já, hún er kona.*
Er Sverrir maður?	*Já, hann er maður.*
Hvað heitir þú?	*Ég heiti Guðni.*
Hvað heitir pabbi þinn?	*Hann heitir Sverrir.*
Hvað heitir mamma þín?	*Hún heitir Auður.*
Hvað heitir systir þín?	*Hún heitir Birna.*

3. (þriðji) kafli

Er Inga dóttir Sverris?	*Já, hún er dóttir hans.*
Er Guðni sonur Sverris?	*Já, hann er sonur hans.*
Er Inga systir Birnu?	*Já, hún er systir hennar.*
Hvað heitir hún?	*Hún heitir Birna.*
Hvað heitir mamma hennar?	*Hún heitir Auður.*
Hvað heitir pabbi hennar?	*Hann heitir Sverrir.*
Hvað heitir systir hennar?	*Hún heitir Inga.*
Hvað heitir hann?	*Hann heitir Guðni.*
Hvað heitir mamma hans?	*Hún heitir Auður.*
Hvað heitir pabbi hans?	*Hann heitir Sverrir.*
Hvað er þetta?	*Þetta er stóll.*
Hvað er þetta?	*Þetta er klukka.*
Hvað er þetta?	*Þetta er glas.*
Hvað er þetta?	*Þetta er brauð.*
Hvað er þetta?	*Þetta er kisa.*
Hvað er þetta?	*Þetta er hús.*
Hvað er þetta?	*Þetta er lampi.*

4. (fjórði) kafli

Hvað er Guðni gamall?	*Hann er tíu ára.*
Hvað er Inga gömul?	*Hún er nítján ára.*
Hvaðan ert þú?	*Ég er frá . . .*
Hver er þetta?	*Þetta er strákur.*
Hvar er hann?	*Hann er uppi.*
Hvað er þetta?	*Þetta er sjónvarp.*
Hvar er það?	*Það er niðri.*
Hvað er þetta?	*Þetta er mynd.*
Hvar er hún?	*Hún er niðri.*

5. (fimmti) kafli

Er Björn ungur?	*Nei, hann er ekki ungur.*
Er Birna ung?	*Já, hún er ung.*
Er Inga ung?	*Já, hún er ung.*
Ert þú feitur?	*Nei, ég er ekki feitur.*
Ert þú glaður?	*Já, ég er glaður.*
Ert þú gamall?	*Nei, ég er ekki gamall.*
Ert þú dökkhærð?	*Nei, ég er ekki dökkhærð.*
Ert þú grönn?	*Já, ég er grönn.*

6. (sjötti) kafli

Hvað ætlar Birna að gera klukkan tvö?	*Hún ætlar að borða brauð klukkan tvö.*
Hvað ætlar afi að gera klukkan átta?	*Hann ætlar að vaska upp klukkan átta.*
Hvað ætlar Inga að gera klukkan eitt?	*Hún ætlar að lesa bók klukkan eitt.*
Hvað ætlar Guðni að gera klukkan sjö?	*Hann ætlar að bursta tennurnar klukkan sjö.*

7. (sjöundi) kafli

Tala Sverrir og Auður íslensku?	*Já, þau tala íslensku.*
Talar Guðni íslensku?	*Já, hann talar íslensku.*
Tala Inga og Birna íslensku?	*Já, þær tala íslensku.*
Talar Inga ensku?	*Já, hún talar ensku.*
Hvað er Guðni að gera?	*Hann er að borða.*
Hvað er Inga að gera?	*Hún er að drekka kaffi.*
Hvað er pabbi að gera?	*Hann er að lesa bók.*

8. (áttundi) kafli

Hvað gerir Róbert?	*Hann er blaðamaður.*
Hvað gerir Dísa?	*Hún er leikkona.*
Hvað er klukkan?	*Hún er hálf ellefu.*
Finnst Dísu gaman að kynnast Róbert?	*Nei.*
Hvað gerir Sverrir?	*Hann vinnur í banka.*
Hvað gerir Auður?	*Hún er kennari.*
Hvenær á Marco afmæli?	*Hann á afmæli í apríl.*
Hvenær átt þú afmæli?	*Ég á afmæli í . . .*

9. (níundi) kafli

Hvernig er veðrið á Ítalíu?	*Það er sól.*
Hvernig er veðrið á Grænlandi?	*Það er frost og snjór.*
Hvernig er veðrið í Frakklandi?	*Það er rigning.*
Hvernig er veðrið á Spáni?	*Það er hvasst.*
Hvað eru margir bollar á borðinu?	*Það eru tveir bollar á borðinu.*
Hvað eru margir hnífar á borðinu?	*Það eru fjórir hnífar á borðinu.*
Hvað eru mörg pottablóm á ísskápnum?	*Það eru ekki pottablóm á ísskápnum.*
Hvað eru margir pottar á gólfinu?	*Það eru tveir pottar á gólfinu.*
Hvað eru margar ruslafötur á gólfinu?	*Það er ein ruslafata á gólfinu.*
Hvað eru margir ísskápar í eldhúsinu?	*Það er einn ísskápur í eldhúsinu.*
Hvað er mörg glös á borðinu?	*Það eru þrjú glös á borðinu.*
Hvað eru margar pönnur á gólfinu?	*Það eru tvær pönnur á gólfinu.*

10. (tíundi) kafli

Hvenær er Sverrir fæddur?	*Hann er fæddur (árið) nítján hundruð fimmtíu og fjögur (1954).*
Hvar vinnur hann?	*Hann vinnur í banka.*
Hvenær er Auður fædd?	*Hún er fædd (árið) nítján hundruð fimmtíu og níu (1959).*
Hvað gerir hún?	*Hún er menntaskólakennari.*
Hvenær á Inga afmæli?	*Hún á afmæli í janúar.*
Hvað langar hana að gera?	*Hana langar að fara í háskólann og læra lögfræði.*
Hvað er Guðni gamall?	*Hann er tíu (10) ára.*
Hvað langar hann að verða þegar hann verður stór?	*Hann langar að verða atvinnumaður í fótbolta.*
Hvað er Birna gömul?	*Hún er fimm (5) ára.*
Hvað finnst henni mjög gaman að gera?	*Henni finnst mjög gaman að horfa á sjónvarpið.*
Hvað á Inga mörg systkini?	*Hún á tvö systkini.*
Hvað á Ásdís mörg systkini?	*Hún á fimm systkini.*
Hvað átt þú mörg systkini?	*Ég á . . . systkini.*
Hvenær átt þú afmæli?	*Ég á afmæli í . . .*

11. (ellefti) kafli

Hvar eru pottarnir?	Þeir eru á gólfinu.
Hvar eru glösin?	Þau eru á borðinu.
Hvar er pabbi?	*Hann er inni í eldhúsi.*
Hvar er amma?	*Hún er niðri í þvottahúsi.*
Hvar er Birna?	*Hún er inni í stofu.*
Hvar er Inga?	*Hún er uppi á baðherbergi.*
Hvar er hjólið?	*Það er niðri í geymslu.*
Hvar er sjónvarpið?	*Það er inni í stofu.*
Hvar er kommóðan?	*Hún er uppi í svefnherbergi.*
Hvar er myndin?	*Hún er fyrir ofan sófann.*
Hvar er lampinn?	*Hann er við hliðina á sjónvarpinu.*
Hvar er mottan?	*Hún er á gólfinu fyrir framan stólinn.*
Hvar er sjónvarpið?	Það er í horninu.
Hvar eru blómin?	Þau eru á borðinu.
Hvar eru þau?	*Þau eru í forstofunni.*
Hvar eru þau?	*Þau eru í þvottahúsinu.*
Hvar eru þau?	*Þau eru á baðherberginu.*
Hvar eru þau?	*Þau eru í barnaherberginu.*
Hvar eru þau?	*Þau eru í bílskúrnum.*
Hvar eru þau?	*Þau eru í eldhúsinu.*
Hvar eru þau?	*Þau eru í svefnherberginu.*
Hvar eru þau?	*Þau eru í borðstofunni.*
Hvar eru þau?	*Þau eru í stofunni.*

12. (tólfti) kafli

Hvað er Jens búinn að vera lengi á Íslandi?	*Hann er búinn að vera síðan í haust.*
Hvar er Jens að kenna?	*Hann er að kenna í Kennaraháskólanum.*
Hvernig gengur Íslendingum að tala dönsku?	*Þeim gengur bara vel.*
Er hann búinn að æfa sig?	*Já, hann er búinn að æfa sig.*
Er hann búinn að horfa á fótboltann?	*Nei, hann er ekki búinn að horfa á fótboltann.*

Eru fréttirnar búnar?	*Nei, þær eru ekki búnar.*
Er pabbi búinn að kveikja á sjónvarpinu?	*Nei, hann er ekki búinn að kveikja á sjónvarpinu.*
Er mamma búin að þurrka Birnu?	*Nei, hún er ekki búin að þurrka Birnu.*
Er Birna búin að bursta tennurnar?	*Nei, hún er ekki búin að bursta tennurnar.*
Er Guðni búinn í baði?	*Já, hann er búinn í baði.*

13. (þrettándi) kafli

Hvar býr Sigga?	*Hún býr í Bretlandi.*
Hvað er hún búin að búa þar lengi?	*Hún er búin að búa þar í tíu ár.*
Hvers lenskur er maðurinn hennar?	*Hann er breskur.*
Hvert ætla þau að fara?	*Þau ætla að fara í sund.*
Ætla þau að kaupa ís á leiðinni heim?	*Kannski.*
Hvað er John gamall?	*Hann er tuttugu og sjö (27) ára.*
Hvar býr John?	*Hann býr á Íslandi.*
Hvert ætlar John að flytja í vor?	*Hann ætlar að flytja til Bandaríkjanna.*
Hvaðan er konan hans?	*Hún er frá Íslandi.*
Hvað heitir hún?	*Hún heitir Lára.*
Hvaða mál talar hann?	*Hann talar bæði íslensku og ensku.*
Hvaðan er Tuomas?	*Hann er frá Finnlandi.*
Hvar býr hann núna?	Hann býr núna í Frakklandi.
Hvað finnst honum gaman að læra?	*Honum finnst gaman að læra tungumál.*
Af hverju fer Lilja oft til Danmerkur?	Af því að pabbi hennar býr í Danmörku.
Hvað er Lilja ákveðin í að verða?	*Hún er ákveðin í að verða læknir.*
Hvað gerir kærastinn hennar?	*Hann er í tónlist.*
Hvaðan er Vigdís?	*Hún er frá Noregi.*
Hvar býr hún?	Hún býr í Osló.
Hvað fer hún oft í líkamsrækt?	*Hún fer í líkamsrækt þrisvar í viku.*
Hvenær fer Vigdís alltaf í frí?	*Hún fer alltaf í frí á haustin.*
Með hverjum fer Vigdís í sumarbústað?	*Hún fer í sumarbústað með gömlum skólafélögum.*

14. (fjórtándi) kafli

Hvernig lítur Gunnar út?	*Hann er með ljóst hár og blá augu.*
Hvernig er hann oft klæddur?	*Hann er oft í bláum gallabuxum og svörtum leðurjakka.*
Hvað er netfangið hjá Svandísi?	*Það er svaha@hi.is.*
Hvar býr Linda?	*Hún býr í Hjallalandi átján.*
Hvað er síminn hjá henni?	*Síminn hjá henni er fimm fimm átta þrjátíu og einn níutíu og átta (558 3198).*
Hvað gerir hún?	*Hún er verkfræðingur.*

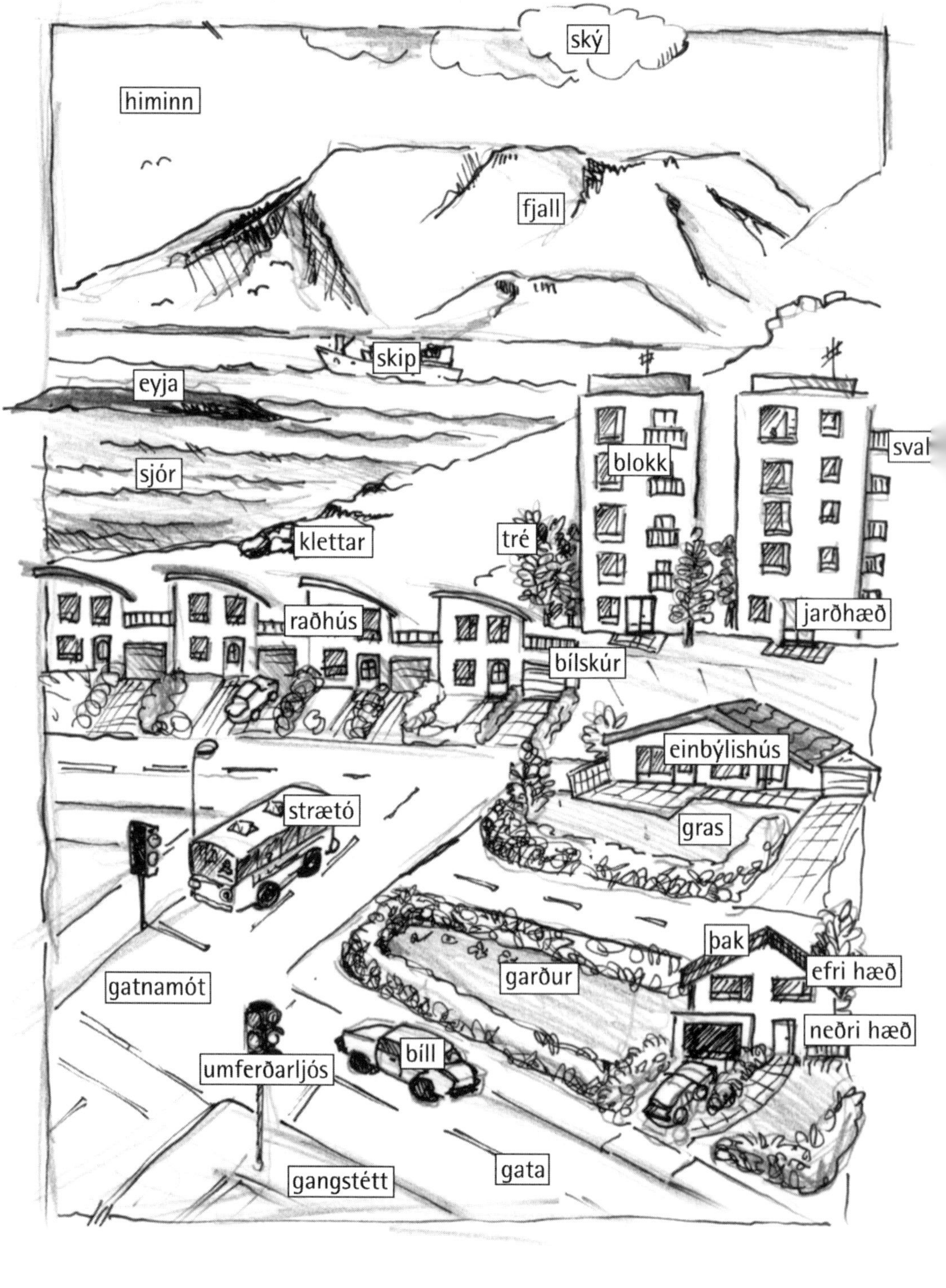
ský
himinn
fjall
skip
eyja
blokk
sval
sjór
klettar
tré
raðhús
jarðhæð
bílskúr
einbýlishús
strætó
gras
þak
efri hæð
garður
gatnamót
neðri hæð
bíll
umferðarljós
gata
gangstétt

spegill
sturta
skrifborð
vaskur
rúm
baðker
kommóða
hjónarúm
klósett
náttborð
motta
flísar
gluggi
mynd
bókahilla
ísskápur
sjónvarp
sófi
stigi
eldavél
teppi
geymsla
ljós
snúra
þvottavél
hjól
þvottur
stígvél
þurrkari

Upptökur fóru fram í Hljóðbókagerð Blindrafélagsins í janúar 2001. Upptökustjóri var Gísli Helgason.

Lesarar:

Arna María Kristjánsdóttir
Eggert Þór Bernharðsson
Guðni G. G. Kristjánsson
Guðrún Theodórsdóttir
Íris Stefanía Skúladóttir
María Garðarsdóttir
Páll Valsson
Pétur Ástvaldsson
Sigríður Þorvaldsdóttir
Sverrir Tómasson
Ugla Egilsdóttir
Védís Skarphéðinsdóttir

Efnisyfirlit á diski: